சல்லிக்கட்டு

இன்றைய தேவை என்ன?

நலங்கிள்ளி

தமிழியச் சிந்தனையாளர். பல ஆங்கில நூல்களையும் கட்டுரைகளையும் மொழி பெயர்த்திருக்கிறார். தமிழ் வழியாக எளிய முறையில் ஆங்கிலம் கற்றுக்கொடுத்து வருகிறார்.

இவருடைய சமீபத்திய நூல், 'நலங்கிள்ளியின் ஆங்கில ஆசான்', கிழக்கு பதிப்பகம்.

சல்லிக்கட்டு

இன்றைய தேவை என்ன?

நலங்கிள்ளி

கிழக்கு

சல்லிக்கட்டு: இன்றைய தேவை என்ன?
Sallikattu: Indraya Thevai Enna?
Nalankilli ©

First Edition: April 2017
48 Pages

ISBN 978-81-8493-731-2
Kizhakku - 988

Kizhakku Pathippagam
177/103, First Floor,
Ambal's Building, Lloyds Road,
Royapettah, Chennai 600 014.
Ph: +91-44-4200-9603

Email : support@nhm.in
Website : www.nhm.in

◼ kizhakkupathippagam
◼ kizhakku_nhm

Cover Image : Wikimedia Commons\Djoemanoj

Kizhakku Pathippagam is an imprint of New Horizon Media Private Limited.

This book is sold subject to the condition that it shall not, by way of trade or otherwise, be lent, resold, hired out, or otherwise circulated without the publisher's prior written consent in any form of binding or cover other than that in which it is published and without a similar condition including this the rights under copyright reserved above, no part of this publication may be reproduced, stored in or introduced into a retrieval system, or transmitted in any form or by any means (electronic, mechanical, photocopying, recording or otherwise), without the prior written permission of both the copyright owner and the above-mentioned publisher of this book.

தைப்புரட்சி இளைஞர்களுக்கு...

நூலாசிரியரின் பிற படைப்புகள்

- இடஒதுக்கீடு - தொடரும் விவாதம்
- ஆங்கில மாயை
- ஏ! கல்வியில் தாழ்ந்த தமிழகமே
- நலங்கிள்ளியின் ஆங்கில ஆசான்

நூலாசிரியரின் தமிழாக்கங்கள்

- ஸ்டீஃபன் ஹாக்கிங் எழுதிய A Brief History of Time என்னும் ஆங்கில நூலைக் காலம் - ஒரு வரலாற்றுச் சுருக்கம் எனத் தமிழாக்கினார்

- அமெரிக்கக் கால்டெக் பல்கலைக் கழகம் இரு பெரும் தொகுதிகளில் வெளியிட்ட The Mechanical Universe என்னும் இயற்பியல் நூலை இயந்திர அண்டம் எனத் தமிழாக்கினார்

- அருந்ததி ராய் எழுதிய India's Shame என்னும் ஆங்கிலப் பெருங்கட்டுரையை இந்திய இழிவு எனத் தமிழாக்கினார்

? ஜல்லிக்கட்டு விளையாடி மனிதர்கள் காளைகளுடன் மல்லுக்கட்டுவது, சண்டையிடுவது அந்த விலங்குகளைச் சித்திரவதை செய்வதாகாதா என விலங்கு நல ஆர்வலர்கள் கேட்பது நியாயந்தானே?

முதலில் ஒரு செய்தி. ஜல்லிக்கட்டு என்று சொல்வது தவறு. சல்லிக்கட்டு எனச் சொல்வதே சரி. ஒரு காலத்தில் காளைக் கொம்புகளில் துணியால் முடிந்து வைத்த பொன் சல்லிக் காசுகளைக் கவர மாடுபிடி வீரர்கள் போட்டியிடும் விளையாட்டு என்பதால் சல்லிக்கட்டு எனப் பெயர் பெற்றது. சலம் திரிந்து ஜலம் ஆனது போல், சல்லிக்கட்டு திரிந்து ஜல்லிக்கட்டு ஆனது. ஆனால் இன்றைய வீரர்கள் காளைத் திமில் பிடித்து அதன் ஓட்டத்துக்கு ஈடுகொடுத்து தழுவிச் செல்லும் விளையாட்டு என்பதால், ஏறுதழுவல் எனக் கூறுவதே சாலப் பொருந்தும். மேலும், ஏறுதழுவல் என்பதே பண்டைத் தமிழ் வழக்கமாகும்.

ஆனால் சல்லிக்கட்டு என்றதும் ஏதோ, காளையுடன் மல்லுக்கட்டி அதனை அடக்கும் விளையாட்டு என்பதாகச் சிலர் புரிந்து கொள்கின்றனர். வீரபாண்டிய கட்டபொம்மன் படத்தில் ஜெமினி கணேசன், விருமாண்டி படத்தில் கமல்ஹாசன் எனத் தமிழ்க் கதாநாயகர்கள் காளைக் கொம்பைப் பிடித்துச் சாய்த்து அடக்கும் காட்சிகளும் சல்லிக்கட்டு என்றாலே அது காளைச் சண்டை என்ற சித்திரத்தை உருவாக்கிவிட்டன. காளையை ஏறி அடக்குவதல்ல, ஏறித்தழுவுவதே இந்த ஆட்டத்தின் சிறப்பு. எனவே இங்கு விலங்கு சித்திரவதை என்பதற்கே இடமில்லை.

? ஆனால் பீட்டா, நீலச் சிலுவைச் சங்கம் போன்ற அமைப்புகளும், இந்திய ஒன்றிய அரசின் விலங்குகள் நல வாரியமும் சல்லிக்கட்டுக்குத் தடை கேட்டு உச்ச நீதிமன்றத்தில் வழக்குக்கு மேல் வழக்கு தொடுத்து வருகின்றனவே? விலங்குக்கு ஒரு சித்திரவதையும் இல்லை என்றால், நீதிமன்றமும் தடைக்கு மேல் தடை விதிக்கிறதே, ஏன்?

1960 விலங்கு சித்திரவதைக்கு எதிரான சட்டம் ஒன்று பல காலமாய் இருக்கிறது. அந்தச் சட்டத்தின்படி, காட்சிப்படுத்தும் விலங்குகள் என்ற தலைப்பில் பட்டியல் ஒன்று உருவாக்கப் பட்டு, அந்த விலங்குகளைக் காட்சிப்படுத்திக் காசு சம்பாதிப்பது தவறு என்று 2001இல் ஒரு பிரிவு சேர்க்கப்பட்டது. அதன்படிதான் இந்தியாவெங்கும் அதுவரை நடைபெற்றுவந்த சர்க்கஸ் காட்சிகள் முடிவுக்கு வந்தன. ஏனென்றால் சர்க்கசில் இடம் பெறும் சிங்கம், புலி, யானை, குரங்கு உள்ளிட்ட காட்டு விலங்குகள் ஒன்றிய அரசின் பட்டியலின் கீழ் வந்தன. மேலும் இந்த விலங்குகளைப் பயன்படுத்திய சில திரைப்படங்களும் சிக்கலுக்குள்ளாயின. அப்போது தொடங்கி திரைப்படங்கள், 'இந்தப் படத்தில் விலங்குகள் எதையும் வதை செய்யவில்லை' என்ற அறிவிப்புடன் வெளிவரத் தொடங்கின. ஆனால் 2011இல் சுற்றுச்சூழல் மற்றும் வனத்துறை அமைச்சகம் காட்சி விலங்குப் பட்டியலில் காளை மாட்டையும் சேர்த்த செய்தி தமிழர் நெஞ்சங்களில் பேரிடியாய் வந்து இறங்கியது. ஆனால் பீட்டா உள்ளிட்ட மிருகாபிமானிகளின் காதில் தேனாய்ப் பாய்ந்தது. போதாக்குறைக்கு உச்ச நீதிமன்றம் ஒரு கட்டத்தில், மிருகவதை சல்லிக்கட்டு விளையாட்டிலேயே பின்னிப் பிணைந்துள்ளதாகக் கூறியது. இது மிருகங்களுக்காக மட்டுமே வாழும் மேனகா காந்தி, ராதா ராஜன் உள்ளிட்ட மிருகாபிமானிகளை இன்னும் உசுப்பிவிட்டது. சல்லிக்கட்டு என்பதே சித்திரவதைதான், எனவே சல்லிக்கட்டு விளையாட்டைப் பாதுகாப்பாக நடத்துவது என்பதே கேலிக்கூத்து எனக் கூச்சலிடத் தொடங்கினர். கடைசியில் 2014இல் உச்ச நீதிமன்றம் சல்லிக்கட்டுக்கு முழுத் தடை விதித்தது.

? ஆனால் சல்லிக்கட்டில் மிருகவதை இல்லை என்று எப்படிக் கூற முடியும்? போட்டிக்குத் தயராகும்

காளையைச் சாராயம் கொடுத்தும், கண்களில் மிளகாய்ப் பொடி தூவியும் மூர்க்கமாக்கிக் களத்தில் இறக்குவது தவறல்லவா? மிருகவதை எனக் குரல் கொடுப்போரின் பக்கம் நியாயமே இல்லை எனச் சொல்லி விட முடியுமா?

ஒன்றை முதலில் ஒத்துக் கொள்வோம், மனிதர்கள் விலங்குகளைச் சொந்தத் தேவைக்குப் பயன்படுத்தும் எந்த வழிமுறையும் மிருகவதைதான். அதனால்தான் மிருகவதைத் தடுப்புச் சட்டமே மாட்டுக்கு இழைக்கப்படும் பல கொடுமை களையும் அங்கீகரிக்கிறது. மாட்டுக்கொம்புகளைத் தீயவைத்தல், காளைகளைக் காயடித்தல், உரிமையாளர் பெயரை மாட்டின் உடம்பில் பழுக்கக் காய்ச்சிய இரும்பால் முத்திரை பதித்தல் என ஆண்டு முழுக்க, விலங்கின் வாழ்நாள் முழுதும் செய்யும் செயல்கள் மிருகவதை ஆக மாட்டா என்கிறது சட்டம். ஆனால் சல்லிக்கட்டுக் காளைகளோ 365 நாளும் உயர்தரத் தீனி தின்று கொழுத்து, செல்லப் பிள்ளைகளாய் வளர்கின்றன. சல்லிக்கட்டில் மாடுபிடி வீரர் காளைத் திமிலைப் பிடித்துக் கொண்டு நாலரை மீட்டர் தூரம் காளையுடன் ஓடியபடி 30 வினாடி நேரத்துக்கேனும் தாக்குபிடிக்கிறாரா என்பதுதான் போட்டி. ஆக, சல்லிக்கட்டுக் காளை ஓராண்டில் அரை நிமிடத்துக்குப் படும் பாட்டைத்தான் இந்த மிருகாபிமானி களாலும் நாட்டின் உச்ச நீதிமன்றத்தாலும் சகித்துக் கொள்ள முடியவில்லையாம். ஐயகோ, எனதுயிர்க் காளைகள் சல்லிக்கட்டு வாடிவாசலில் கால் கடுக்க நிற்கின்றனவே என மிருகநேய நீதிபதிகள் கண்ணீர் விடுகின்றனர். அரை நூற்றாண்டுக்கு மேல் கர்நாடகச் சிறையிலிருந்து மீண்டு காவிரித்தாய் வர மாட்டாளா என ஏங்கி நிற்கும் தமிழர்களைப் பார்த்து, காவிரி மேலாண்மை வாரியத்துக்கு அப்படி என்ன அவசரம்? எனத் திமிராய்க் கேட்ட உச்ச நீதிமன்றந்தான் சில மணி நேரமே நிற்கும் மாடுகளுக்காகத் துன்பப்பா பாடுகிறது.

? எல்லாம் சரிதான், மாட்டைச் சாராயம் கொடுத்து, மிளாகாய்ப் பொடி தூவி கொடுமைப்படுத்துவதை எப்படி ஏற்க முடியும்?

பொறுமை, பொறுமை. ஒவ்வொன்றாகப் பார்ப்போம். நாமும் அதனை ஏற்கவில்லை. ஆனால் இந்தச் சிக்கலைச்

செடுக்காக்கியது மிருகாபிமானிகளே. சல்லிக்கட்டு நடத்துவதே மிருகவதை எனக் கூறிவிட்டு அதனைத் தடை செய்ய வேண்டுமெனச் சனநாயக விரோதமாகப் பேசுவது பீட்டா போன்ற அமைப்புகள்தான். சல்லிக்கட்டே அடிப்படையில் மிருகவதைதான் என இலக்கணம் வகுப்பவர்களிடம் என்ன பேச முடியும்? அவர்களுடைய வாதத்தை ஏற்றுக்கொண்டால், நாமும் அவர்களைப் போல் சல்லிக்கட்டுத் தடை என்ற அராஜக முடிவுக்குத்தான் செல்ல வேண்டியிருக்கும். எப்படியும் சல்லிக் கட்டையே ஒழித்துத்தான் ஆகவேண்டும் என்று முடிவெடுத்து விட்டு, சும்மா தொட்டுக் கொள்வதற்காக வாலை இழுக்கிறார்கள், மிளகாய்ப் பொடி தூவுகிறார்கள் எனக் கூறுவோரிடம் என்ன பேச முடியும்? நாம் சொல்கிறோம். எந்தக் கருத்துக்கும் கலைக்கும் தடை கூடாது. எனவே சல்லிக்கட்டுக்கும் தடை கூடாது. ஆனால் ஏறுதழுவல் என்ற விளையாட்டின் அடிப்படை விதிமுறைகள் தாண்டி மிருக வதைகளேதும் செய்யப் படுமானால், அவற்றைச் சட்டப்படித் தடுத்து நிறுத்த வேண்டும். இதை விடுத்துத் தடை தடை எனக் கூச்சலிடும் எவரும் சனநாயக விரோதியே.

? 'தடை செய், தடை செய், பீட்டாவைத் தடை செய்' என இன்றைய இளைஞர்கள் முழங்குகிறார்களே, அது மட்டும் தவறில்லையா?

முதலில் ஒன்றை நினைவுகூர வேண்டும். 2017 சனவரியில் அரங்கேறி முடிந்துள்ள, தைப் புரட்சி எனப் பலராலும் வர்ணிக்கப்படும் இந்தப் பெரும் மாணவர் போராட்டம் ஒரு தன்னெழுச்சிப் போராட்டம் என்பதை மறந்துவிடக் கூடாது. அவர்கள் முறைப்படுத்தப்பட்ட ஓர் இயக்கத்தின் கீழ், தலைமையின் கீழ் நின்று போராடவில்லை. நம் பாரம்பரிய விளையாட்டுக்குத் தடைபோட இந்த பீட்டா யார்? என்ற கோபத்தில் போராட வந்தவர்கள். மேலும், பீட்டா போன்ற அமைப்பினரின், அவர்களை ஆதரிப்போரின் சல்லிக்கட்டு எதிர்ப்பில் உள்ள சந்தர்ப்பவாதமும் போலித்தனமும் இளைஞர்களின் கோபத்துக்கு முக்கியக் காரணம்.

? விலங்குகளின் நலத்துக்காகப் போராடும் அவர்களை சந்தர்ப்பவாதிகள் எனக் கூறி விட முடியுமா?

நாம் நேசிக்கும் ஒருவருக்காகக் குரல் கொடுப்பது என்றால் என்ன செய்வோம்? அவருக்கு எந்த ஒன்றால் பேரதிகப் பாதிப்போ, அதற்கு எதிராகத்தானே குரல் கொடுப்போம், போராடுவோம். முழுஆண்டில் மாடுபிடி வீரர்களால் வெறும் 30 வினாடி நேரம் அந்தக் காளைகளுக்கு நடப்பது கொடுமை என்றால், உலகில் அன்றாடம் அரங்கேறி வரும் மற்ற விலங்குக் கொடுமைகள் பற்றி என்ன சொல்ல?

சல்லிக்கட்டு ஒன்றுதான் ஒரே விலங்கு விளையாட்டா என்ன? உலகே கையொலி எழுப்பி வரவேற்கும் ஒலிம்பிக்கில் குதிரையை வைத்து விளையாட்டு நடைபெறுகிறது. உலகெங்கும் குதிரைப் போட்டிகள் பல பெயர்களில் நடைபெறுகின்றன. பல நாள் ஓடி களைத்துப் போன, காயம்பட்ட குதிரைகளை இந்தப் போட்டிகளில் நன்கு ஓடச் செய்யும் நோக்கில் அவற்றுக்கு தைராக்சின், லேசிக்ஸ் எனப் பல வேதிப் பொருள்களும் மருந்துகளும் தரப்படுவதாக பீட்டா அமைப்பே சொல்கிறது. இந்த மருந்துகளைத் தொடர்ந்து சாப்பிடும் குதிரைகள் ஓடிக் கொண்டிருக்கும் போதே திடீரென அவற்றின் எலும்பு கண்ணாடி போல் பொலபொலவென்று ஒடிந்து நொறுங்கிப் போகும் நிலையில், அவை அப்படியே விழுந்து விடுகின்றனவாம். எனவே இம்மருந்துகளை பீட்டா தடை செய்யப் போராடி வருவது உண்மை தான். ஆனால் இதைச் சொல்லி பீட்டாவால் ஒலிம்பிக் போட்டியில் குதிரைகளை ஓட விடாமல் தடுக்க முடிந்ததா? குதிரை ஓட்டும் வீரர் அதனைத் தன்

கட்டுப்பாட்டில் வைத்துக்கொள்ள 8 முறைக்கு மேல் குத்தக் கூடாது என்றெல்லாம் போராடி பீட்டா கட்டுப்பாடுகள் வாங்கி வைத்துள்ளதும் உண்மைதான். ஆனால் ஒலிம்பிக்கில் குதிரை விளையாட்டுக்கே மொத்தமாகத் தடை வாங்கி விட்டதா என்ன? ஒலிம்பிக்கிலும் உலகப் போட்டிகளிலும் மோசமான போதை மருந்துகளை உண்டு, குத்தடி பட்டு மனிதர்களுக்குக் கேளிக்கை யளிக்கும் குதிரைகள் நலனுக்கு வழக்காடி, அதற்குத் தடை கோருவதுதானே இவர்களின் முதல் இலக்காக இருக்க வேண்டும்?

இந்த உலக மகா மிருகவதைகளை எல்லாம் விட்டு விட்டு, நேராகத் தமிழ்நாடு வந்து, அங்கும் ஒரு சில ஊர்களில் ஒரு சில வினாடிகள் மட்டுமே தொல்லைப்படும் மாடுகளுக்குக் குரல் கொடுப்பதாக நீலிக்கண்ணீர் வடித்து, அதற்காக மாபெரும் வழக்குக்குரைஞர்களை அமர்த்தி கோடிக் கணக்கான பணம் செலவழித்து எப்படியாவது சல்லிக்கட்டுக்குத் தடை வாங்குகிறேன் பாரென வரிந்து கட்டிக் கொண்டு நிற்கும்போது தான் இளைஞர்களுக்கு சந்தேகம் ஏற்படுகிறது. பாரிசிலும், லண்டனிலும் வெள்ளையரின் ஐரோப்பியக் குதிரைகள் ஜாம் ஜாம் என்று ஓடலாம், ஆனால் அலங்காநல்லூரிலும், அவனியாபுரத்திலும் கறுப்புப் பாமரர்களின் தமிழ்க் காளைகள் சீறிப் பாயத் தடை என்பது எந்த ஊர் நியாயம் எனக் கேட்கின்றனர் தமிழர்கள்.

காட்டு விலங்கு யானைகளைக் கோயில்களில் பிச்சையெடுக்க வைத்துத் துன்புறுத்துவதை என்னவென்று சொல்வது? பீட்டா முதலில் குரல் கொடுக்க வேண்டியது கோயில்களில் துன்புற்றுச் சாகும் காட்டு விலங்கு யானைகளுக்கா, அரை நிமிடமே விளையாடிச் செல்லும் வீட்டு விலங்குக் காளைகளுக்கா? எனக் கேட்கின்றனர் இளைஞர்கள்.

பீட்டா கதை இப்படி என்றால், அந்த அமைப்பு தாண்டிய மிருகாபிமானிகளின் இரட்டை வேடமும் இளைஞர்களை மென் மேலும் கடுப்பேற்றுகிறது. அவர்கள் மாட்டுக்கறி சாப்பிடுவது தவறு என்பவர்கள். ஆனால் மாட்டுப்பால் குடிப்பது பற்றி கவலைப்படாதவர்கள். மாட்டிடம் பால் கறக்க நடக்கும் கொடுமைகளை அறியாதவர்களா இவர்கள்? மாட்டுக்குப் புல்

கொடுத்துக் கட்டுப்படியாகாதாம். அதற்கு எது சிக்கன உணவு எனச் சோதிக்க அதன் உடம்பில் ஓட்டை போட்டு, அந்தத் திறப்பை மூடியும் திறந்தும் ஆய்வு செய்கிறார்கள், அது விரும்பி உண்ணும் புல்லை, வைக்கோலைக் கொடுக்காமல் காசு மிச்சப்படும் ஏதோ ஒரு தீவனத்தைக் கொடுத்து மாடுகளைச் செரிமானக் கோளாறில் துயர்படச் செய்கிறார்கள், பால் மிகுந்து சுரக்க எத்தனையோ ஊசிகள் போட்டு துன்புறுத்துகின்றனர், இத்தனைக் கொடுமைகளுக்குப் பிறகு இவர்களுக்குப் பால் குடிக்கத் தடையில்லை. ஆனால் பாமரர்களுக்கு எப்போதோ ஒரு முறை கிடைக்கும் கேளிக்கையினால்தான் காளைகளுக்குத் துன்பம் எனச் சொல்வது நீதியாகுமா என இளைஞர்கள் கேட்கின்றனர்.

இப்படித்தான் வடஇந்திய மிருகாபிமானி கிரண்பேடி சல்லிக்கட்டில் மாடுகளுக்கு நேரும் கொடுமை கண்டு திடுக்குற்றுப் போனதாகக் கூறினார். உடனே ஆர். ஜே. பாலாஜி கேட்டார், வட நாட்டில் சுமைகள் சுமந்து வதைபடும் ஒட்டகங்கள் உங்கள் கண்ணுக்குத் தென்படாமல் போனது ஏனோ? சரி, காலில் மாட்டுத் தோலில் செய்த செருப்பு போட்டுக் கொண்டு எங்கள் காளைகளுக்கு இரக்கப்படுவதாகக் கூறுவது சந்தர்ப்பவாதம் இல்லையா?

நாட்டின் உச்ச நீதிமன்றமோ, தமிழர்கள் சல்லிக்கட்டை வீடியோ கேமில் விளையாடலாமே, எனக் கிண்டலாக யோசனை சொல்கிறது. ஏன், புலி சிங்கங்களுடன் மோதிப் பாருங்களேன் எனக் கேட்டு தமிழர்கள் உணர்வுகளை வதைக்கிறது.

துளியும் மனிதாபிமானமற்ற இந்த மிருகாபிமானிகளின் வதைப் பேச்சுகளைக் கேட்கும் தமிழ் இளைஞர்கள் வெறுப்பின் உச்சத்தில்தான் பீட்டாவை எதிர்க்கிறார்கள். குதிரைக்கு ஒரு நீதி, மாட்டுக்கு ஒரு நீதி என்ற அவர்களின் சந்தர்ப்பவாத மிருகநலத்தைக் கண்டிக்கிறார்கள். இதன் தொடர்ச்சியாகவே பீட்டாவுக்குத் தடை கேட்கின்றனர்.

? என்ன இருந்தாலும் தடை என்ற முழக்கம் தவறு தானே?

பீட்டா தடை என்ன? எந்த அமைப்புக்குமே தடை கூடாதென முதலிலேயே சொல்லியாயிற்று. ஆனால் ஏன் மாணவர்கள் பீட்டா தடை கோருகிறார்கள் என்பதற்கான காரணங்களை ஆராய வேண்டியதும் நம் கடமை. ஆனால் அது அவர்களின் தடைக் கோரிக்கையை நியாயப்படுத்துவதாகாது. பீட்டா சல்லிக்கட்டுக்குத் தடைகேட்டுத் தமிழரின் சனநாயக உரிமையை மதிக்கத் தவறுகிறது என்பதற்காக நாமும் அவர்களைப் போல் சனநாயக விரோதிகளாக நடந்து கொள்ள வேண்டியதில்லை.

மேலும், இங்கு பிரச்சினை பீட்டா அல்ல. பீட்டா போன்ற பிசாசு அமைப்புகளுக்கு இடங்கொடுக்கும் நடுவணரசே இதற்கு முதன்மைப் பொறுப்பேற்க வேண்டும். காளையைக் காட்சிப்படுத்தும் விலங்குகள் பட்டியலில் சேர்த்த நடுவணரசு, நீதி மன்றத்தில் சல்லிக்கட்டுக்கு எதிராக வழக்குத் தொடுத்த நடுவணரசின் விலங்கு நல வாரியம் ஆகியோரே தமிழ்க் காளைகளின் முதன்மைப் பகைவர்கள். ஆக, முதன்மையாக மத்திய அரசை எதிர்த்தே சல்லிக்கட்டு ஆதரவாளர்கள் முழக்க மிட்டிருக்க வேண்டும். அதை விடுத்து பீட்டா எதிர்ப்புக்கு முக்கியத்துவம் தந்தது ஒரு வகையில் நடுவணரசுக்கு வசதியாய்ப் போயிற்று. சல்லிக்கட்டுப் போராட்டக் காலத்தில் தொலைக்காட்சி விவாதங்களில் பங்கேற்ற பாஜகவினர்

மாணவர்களின் எதிர்ப்பு பீட்டாவுக்கு எதிராகத்தான் ஓங்கி ஒலிக்கிறதே தவிர, எங்களுக்கு எதிராக இல்லை எனச் சமாளிக்கக் கண்டோம்.

கிரீன் பீஸ் மூவ்மென்ட் போன்ற நேர்மையான சுற்றுச்சூழல் இயக்கங்களை தில்லி அரசு தடை செய்கிறது. இதனை எதிர்க்கும் அற உரிமையை பீட்டா தடை முழக்கத்தினால் நாம் இழந்து விடுவோம் என்பதையும் நினைவில் கொள்ளவேண்டும். மேலும், இந்த முழக்கத்தையே காரணங்காட்டி நேர்மையான இன்னும் பல அமைப்புகளையும் தடைசெய்ய நடுவணரசுக்கு நாமே வசதி செய்து கொடுப்பதாகிவிடும்.

? எதற்கும் தடை கேட்கும் குரல்களைத் தடை செய்வோம் எனக் கூறுவது சிறப்பே. ஆனால் பீட்டா, மத்திய அரசு, உச்ச நீதிமன்றம் ஆகியோருக்குச் சல்லிக்கட்டுக்குத் தடை போட்டுக் கிடைக்கப் போகும் பலன் என்ன? அவர்கள் இரட்டை வேடம் போடுவது ஏன் எனத் தெளிவாகப் புரியவில்லையே?

சிறப்பான ஏ2 பாலளிக்கும் தமிழக நாட்டு மாடுகளை அழித்து, கேடான ஏ1 பாலளிக்கும் கலப்பின மாடுகளைத் தலையில் கட்டுவதே பீட்டாவின் நோக்கம் என்பது ஒரு கருத்து. எந்தப் பால் உள்ளபடியே சிறந்தது என்பதற்கான அறிவியல் காரணங்கள் ஒருபுறம் இருக்கட்டும். பாலே மனிதர்களுக்குத் தேவையில்லை எனக் கூறும் சித்த மருத்துவர்களும் உண்டு. எப்படியும், நாட்டு மாடுகளை அழித்து, கலப்பின மாடுகளைத் தமிழர்கள் தலையில் கட்டும் திட்டம் பன்னாட்டுக் குழுமங்களுக்கு உண்டு என்பதில் ஐயமில்லை. ஆனால் ஏற்கெனவே நாட்டு மாடுகளை நாம் இழந்து வரும் நிலையில், அந்த வேலையைச் சல்லிக்கட்டை அழித்துத்தான் செய்ய வேண்டுமா என்ற கேள்வியும் கூடவே எழுகிறது.

எப்படியும், மிக எளிமையான கேள்வி உள்ளது. கோடிக்கணக் கான பணத்தைக் கையில் வைத்திருக்கும் சான்றோர் எவரும் அதனைப் பார்த்து பார்த்து நல்ல விளைவுகளை அறுவடை செய்யும் பணிகளுக்கே செலவிடுவர். ஆனால் இந்த பீட்டா

அமைப்பினர் சல்லிக்கட்டை ஒழிக்க வேண்டும் என்ற ஒற்றை நோக்கத்தை நிறைவேற்றிக் கொள்ள, அதுவும் வெறும் 30 வினாடிகள் ஓடும் காளைகள் நலன் காக்க கோடி கோடியாகப் பணம் செலவழிப்பதில்தான் ஐயம் எழுகிறது. இவ்வளவு பணம் வைத்திருப்பவர் உருப்படியாக ஏதாவது செய்ய விரும்பினால், விலங்குநேயக் கருத்தை மக்களிடம் கொண்டு செல்ல அதனைப் பயன்படுத்தலாம். இரு சக்கர வாகனங்களின் பின்புறம் வதைபட்டுத் தொங்கிச் செல்லும் கோழிகள், கூட்டம் கூட்டமாக வண்டிகளில் அடைத்து எடுத்துச் செல்லப்படும் மாடுகள் ஆகியவற்றுக்காகக் குரல் கொடுத்தால் எவரும் குறை சொல்லப் போவதில்லை. தமிழகத்தின் தட்பவெப்பத்துக்குத் துளியும் பொருந்தாத ஐரோப்பிய நாய்களைக் கொண்டுவந்து வீட்டில் வைத்துக் கொண்டிருக்கும் பணக்காரர்களுக்கு எதிராகப் பரப்புரை செய்யலாம். ஏன், குறைந்தது ஏறுதழுவல் தவிர வேறெந்த வகையிலும் மாடுகளைத் துன்புறுத்தாதீர் என மாடுபிடி வீரர்களிடம் பரப்புரை செய்யலாம். ஆனால் எல்லா வற்றையும் விட்டுவிட்டு ஒரு குறிப்பிட்ட விளையாட்டை ஒழித்தால்தான் ஆயிற்று என அடம்பிடிக்கிறார்கள்.

ஆக, இவர்கள் விலங்குநேயத்தில் உண்மை நோக்கம் கொண்ட பேர்வழிகள் அல்ல. இவர்களுக்கு விலங்குநேயம் ஒரு ஃபேஷன், அவ்வளவே. சிங்கத்துடன் மோதிப் பார்க்க வேண்டியதுதானே என நம்மைக் கேட்கிற இவர்கள் எவருக்கும் ஒலிம்பிக் குதிரைகளுக்கு எதிராகப் போராடத் துணிவில்லை. ஆக பணக்கார வெள்ளையர்கள் விளையாட்டுக்கு ஒரு சட்டம், பாட்டாளிக் கறுப்பர்களின் விளையாட்டுக்கு ஒரு சட்டம் என்ற நிறவெறிப் பாகுபாடே இவர்களிடம் தெரிகிறது.

காட்சிப்படுத்தும் விலங்குகள் பட்டியலில் கரடி, குரங்கு, புலி, சிறுத்தை, சிங்கம் ஆகிய ஐந்து காட்டு விலங்குகளுடன் வீட்டு விலங்குக் காளையைக் கொண்டு போய் சேர்த்ததன் மர்மம் என்ன? மற்ற 5 விலங்குகளில் ஆண், பெண் ஆகிய இரண்டு பாலினத்துக்கும் இடமிருக்க, மாட்டினத்தில் பெண் பசுவை விட்டு, ஆண் காளையை மட்டும் தனித்துத் தேர்ந்தெடுத்ததன் பின் உள்ள சதி என்ன? அதில் ஆண் காளை மட்டும் இடம்பெற்றிருப்பதே சல்லிக்கட்டுக்கு எதிராகச் செய்யப்படும் பிரசாரங்களைத் தேர்ந்தெடுத்த மிருகநேயம் என்றுதானே புரிந்து

கொள்ள முடியும்? வீட்டு விலங்குக் காளைகளுக்கு எதிராக மட்டும் மிருகாபிமானிகளுக்கு அப்படி என்ன ஆவேசம்? வன்மம்?

விலங்குநேயத்தில் மிருகாபிமானிகளுக்குள்ள தன்முரண் பாடுகளை, இரட்டைநிலைப்பாடுகளைப் பட்டியலிடுவதன் நோக்கம் சல்லிக்கட்டு எதிர்ப்பில் அவர்களின் போலி அக்கறையைத் தோலுரித்துக் காட்டவே. பீட்டா போன்ற அமைப்புகள் வள்ளலார் போன்று வாடிய பயிரைக் கண்ட போதெல்லாம் வாடிப் போகும் உயிர்நேயக் கூட்டமன்று. நானும் தொண்டு செய்கிறேன் பார் எனக் காட்டிக் கொள்ள விரும்பும் படித்த மேட்டுக்குடி மக்களின் உளஅரிப்புக்குக் களிம்பிடும் கூட்டமே. அவர்கள் சந்தர்ப்பவாதத்திலும் இரட்டை நிலைப்பாட்டிலும் உழல்வதற்குக் காரணம் அவர்களின் போலி மிருகநேயமே.

> **?** பீட்டாவின் மிருகநேயம் சந்தர்ப்பவாதம் என்பது சரி, ஆனால் சல்லிக்கட்டுக்கு எதிராக இவ்வளவு கடுமை காட்டுவதற்கு பீட்டாவுக்கு உள்நோக்கம் ஏதும் உண்டா?

பீட்டா சல்லிக்கட்டு ஒன்றுக்கு மட்டும் இவ்வளவு தீவிரமாக எதிர்ப்பு காட்டுவது உண்மைதான் என்றாலும், அவர்களின் இச்செயலுக்கு உள்நோக்கம் உண்டு என மெய்ப்பிப்பது கடினம். இருக்க பெரும் வாய்ப்புண்டு என வேண்டுமானால் கூறலாம். ஆனால் கிரீன் பீஸ் போன்ற உண்மையான போராட்ட அமைப்புகளைத் தடைசெய்யும் இந்திய அரசு பீட்டா போன்ற அமைப்புகளை மட்டும் வளர்த்துவிடுவதற்கு உள்நோக்கம் உண்டு. அதனைப் பயன்படுத்திக் கொண்டு வளர்வதில் கண்டிப்பாக பீட்டா போன்ற அமைப்புகளுக்கு உள்நோக்கம் உண்டு. ஏனென்றால் பீட்டா அமைப்பினர் தாங்களே திட்டமிட்டு விலங்குகளைச் சித்திரவதை செய்யும் படங்களை ஏற்பாடு செய்து உருவாக்கி, அதனைப் பயன்படுத்தி போலி நாடகங்கள் நடத்தி எப்படி உலகெங்கும் பண வசூல் செய்கிறார்கள், அவற்றை எப்படி மோசடியாகச் செலவிடுகிறார்கள், என்னென்ன ஊழல்கள் செய்கிறார்கள் என்பதற்கு ஆதாரங்கள் நிறைய உள்ளன.

? பீட்டா போன்ற அமைப்புகளை வளர்த்து விடுவதில் அரசுகளுக்கு என்ன லாபம் இருக்கப் போகிறது?

அடிப்படையில் மக்களின் சமூகநீதி, மொழியுரிமை, பண்பாட்டுரிமை போன்ற அரசியல் முழக்கங்கள் நோக்கி நவீன இளைஞர்கள் நகராமல் பீட்டா போன்ற அரசியலற்ற அமைப்புகள் பார்த்துக் கொள்கின்றன. சன்னலைத் திறந்து விடு காற்று வரட்டும் எனத் தன்னம்பிக்கை உரை நிகழ்த்தும் சாமியார்கள், நிறைய சம்பாதிப்பது குற்றமில்லை எனப் புதுப் பணக்காரர்களின் குற்ற உணர்வு போக்கும் ஸ்ரீ ஸ்ரீக்கள், சாலையில் குப்பைகளை, குறிப்பாக ரெண்டு பிளாஸ்டிக் பைகளையேனும் பொறுக்கிவிட்டு, உலகச் சுற்றுச் சூழலையே திருத்தி விட்டதாகப் பெருமைப்பட்டுக் கொள்ளும் தூய்மை பாரத பிரசாரகரர்கள் எனப் பலரின் உபதேசங்களுக்கும் குறைவில்லை. இதன் பின்னால் ஈர்க்கப்படும் படித்த இளைஞர்கள் பல அமைப்புகளின் பேரில் அரசியலற்றுச் செயல்படுவது, லாப வேட்டை அரசியல்வாதிகள் தடையற்று முன்னேறிச் செல்ல வழியமைத்துக் கொடுக்கிறது. எனவே ஆளும் வர்க்கங்கள் அவர்களுக்குச் சிவப்புக் கம்பளம் விரிக்கிறார்கள். இராணுவத்தை அனுப்பி அவர்களின் கூட்டங்களுக்கு யமுனைக் கரையின் சூழலழித்து அரங்கமைத்துக் கொடுக்கிறார்கள். தேசிய இனங்களின் மொழி, பண்பாடு, இயற்கைவளம் அழிவு குறித்துக் கவலைப்படாமல், மனிதாபிமானம் மறந்து மிருகாபிமானம் பேசுவோரை அரவணைத்து வளர்க்கிறார்கள்.

இந்த அரசியலற்ற அமைப்புகள் தேசிய இனத் தொன்மங்களை, அடையாளங்களை அழிக்கும் வேலையில் இறங்கினால், ஆளும் வர்க்கங்கள் அவர்களை உணர்வுபூர்வமாக ஆதரிக்கின்றன.

உலகை ஒற்றைப் பொருளியலில் இணைக்க விரும்பும் பன்னாட்டுக் குழுமங்கள், இந்தியத் தேசிய இனங்களின் பண்பாடுகளை ஒற்றை இந்துத்துவப் புள்ளியில் கரைக்க விரும்பும் தில்லி ஆளும் வர்க்கம், சமூகஅநீதித் தீர்ப்புரைகள் எழுதிவரும் உச்ச நீதிமன்றம் ஆகிய அமைப்புகள் அனைத்தும் தமிழர்களின் பல்லாயிரம் ஆண்டுப் பழமையான ஏறுதழுவல் என்ற சாகச விளையாட்டை ஒழித்துக் கட்டகைகோத்திருப்பதில் வியப்பேதுமில்லை.

தில்லி ஆளும் வர்க்கம் நீ ஆங்கிலத்தை, இந்தியை, சமற்கிருதத்தைப் படி, உன் தமிழைப் படிக்காதே என்கிறது. உன் சிவனை, திருமாலை, முருகனை சமற்கிருதத்தில் வழிபடு, தமிழில் வழிபடாதே என்கிறது. உலகமயம், இந்தியமயம் உன் இளநீரையும் பதநீரையும் பருகாதே, கோக் பெப்சி குடி என்கின்றன. உன் பாரம்பரிய சல்லிக்கட்டை விளையாடாதே, சூதாட்டம் கொழிக்கும் கிரிக்கெட் விளையாடு என்கின்றன.

ஏறுதழுவலைக் காளைச் சண்டை எனப் பொய்யாக வர்ணித்த அமைப்புகளுக்கு எதிராகத் திரண்டு தமிழ் இளைஞர்கள் ஒரு புதிய ஊழிக்கு வித்திட்டுள்ளனர். அதன் விளைவாக கோக் பெப்சிக்குத் தடை ஏற்படும் சூழல் தமிழகத்தில் உருவாகியுள்ளது. இது அடுத்து தமிழ் மொழிக் காப்புக்கும், காவிரி மீட்புக்கும் இட்டுச் செல்லும் என உறுதியாக நம்பலாம்.

சல்லிக்கட்டு போன்ற பழம்பெரும் கலைச்செல்வங்கள் அழிந்து போவது தமிழர் ஓர்மையை, எழுச்சியைக் கெடுக்கும் என ஆளும் வர்க்கம் தெளிவாகப் புரிந்து வைத்துள்ளது. எனவேதான் கீழடிப் பழமையைக் கூட குழி தோண்டிப் புதைக்கப் பார்க்கிறது.

? தமிழர் பழமை என்பதற்காகவே ஒன்றைக் கட்டிக் கொண்டு அழுவது சரியா? உடன்கட்டை ஏறும் பழக்கம் தமிழர்களின் பழைய பண்பாடு என்பதற்காக, அதே கொடும் பழக்கத்தை இன்றைய பெண்களையும் கடைப்பிடிக்கச் சொன்னால், அது நியாயமாக இருக்குமா?

பழமை என்பதற்காகவே ஒன்றைப் பின்பற்ற வேண்டும் என்பது எப்படி மூடநம்பிக்கையோ, அதே போல் பழமை என்பதற்காகவே ஒன்றைக் கைவிட வேண்டும் என்பதும் மூடநம்பிக்கையே. இரண்டுக்கும் எந்த வேறுபாடுமில்லை என்பதைப் பகுத்தறிவு பேசும் அறிவாபிமானிகள் புரிந்து கொள்ள வேண்டும். உடன்கட்டை ஏறுதல் ஒரு பெண்ணின் உயிர்வாழும் உரிமையையே மறுக்கிறது. சல்லிக்கட்டு எவர்

ஒருவரின் தனி மனித உரிமையையும் பறிக்கவில்லை. அந்த விளையாட்டால் எவர் ஒருவருக்கும் பாதிப்புமில்லை.

? சல்லிக்கட்டில் காளை முட்டுபட்டு எத்தனை பேர் இறக்கிறார்கள் என நன்கு தெரிந்தும், சல்லிக்கட்டால் யாருக்கும் பாதிப்பில்லை என மனிதநேயமற்றுக் கூறலாமா?

சல்லிக்கட்டில் உயிர்கள் பலியாவது வெள்ளிடை மலை. அதனை எவரும் மறுக்க முடியாது. அது மாடுபிடி வீரர்களுக்கு அழிவுதான். அவரின் குடும்பத்தினருக்குப் பேரிழப்புதான். பெண் எவளும் கணவன் இறந்ததும் புன்முறுவல் பூத்து நேராகச் சிதை நோக்கிச் செல்ல மாட்டாள். அவள் உடன்கட்டைக்குக் கட்டாயப்படுத்தப்பட்டாள். சல்லிக்கட்டில் ஈடுபடுபவர்கள் அந்த ஆட்டத்தின் ஆபத்துகள் அறிந்தேதான் உவப்புடன் கலந்து கொள்கிறார்கள். அவர்களின் உரிமையில் குறுக்கிட எவருக்கும் உரிமையில்லை.

? இருப்பினும் உயிர்ப்பலி உயிர்ப்பலிதானே! கட்டாயப்படுத்தி உயிர் போவது தவறு, கட்டாயப்படுத்தாமல் உயிர் போவது சரி எனக் கூறுவது என்ன வகை தர்க்கம்?

சல்லிக்கட்டில் விளையாடுவோரை விட, விளையாட்டைப் பார்க்க வரும் கூட்டத்தினர்தான் பெரிதும் உயிரிழக்கின்றனர். மக்கள் போராட்ட வெற்றிக்குப் பின் நடைபெற்ற சல்லிக்கட்டு0களில் இறந்துள்ள நால்வரில் இருவர் பார்வையாளர்களே. எனவே பார்வையாளர்களுக்குப் பாதுகாப்பான அரங்கு அமைத்துக் கொடுத்தாலே பெரும்பாலான உயிரிழப்புகளைத் தடுத்துவிடலாம்.

? நேரடிக் கேள்விக்குப் பதில் இல்லையே? மாடுபிடிப்பவர் உயிரிழந்தால் பரவாயில்லை என நினைப்பதே கூட கொடுமையாக இருக்கிறதே?

மாடுபிடிப்பவர் உயிர் இழந்தால் பரவாயில்லை எனக் கூறவில்லை. கிரிக்கெட்டில் ஒரு காலத்தில் தலையில் காயம் பட்டு வீரர்கள் உயிரிழக்கும் நிலை இருந்தது. உடனே எவரும் கிரிக்கெட்டைத் தடை செய்யக் கோரவில்லை. தலையில் வீரர்கள் தலைக் கவசம் அணிந்து விளையாடுவது கட்டாயமானது. அதைத் தொடர்ந்து தலைக்காயம்

ஏற்படுவதும், மரணம் ஏற்படுவதும் முடிவுக்கு வந்தன. விளையாட்டில் ஆபத்து என்றால், தற்காப்பு நடவடிக்கைகள் எடுக்க வேண்டுமே தவிர, விளையாட்டுக்கே தடை கோருவது சனநாயகமன்று. கிரிக்கெட் வீரர்கள் பந்தடி படாது இருக்க காலில் பட்டிகள் கட்டி பாதுகாப்பாக விளையாடுவது போல், வீரர்கள் வயிற்றின் மேல் பாதுகாப்புக் கவசங்கள் எதையும் கட்டிக் கொண்டு விளையாடலாம். மாட்டின் கொம்பில் ரப்பர் குப்பிகள் மாட்டலாம். இப்படி மனித உயிரிழப்பைக் கிட்டத்தட்ட முடிவுக்குக் கொண்டு வந்துவிடலாம்.

? கிரிக்கெட்டையும் சல்லிக்கட்டையும் எப்படி ஒப்பிட முடியும்? கிரிக்கெட் விளையாட்டில் ஆபத்து இருக்கிறது, ஆனால் சல்லிக்கட்டே ஆபத்தான விளையாட்டாக அல்லவா இருக்கிறது?

ஆபத்து எந்த விளையாட்டில் குறைவு, எந்த விளையாட்டில் மிகுதி என்பதல்ல வாதம். பாதுகாப்பைக் கூட்டினால் உயிரிழப்பைக் குறைக்கலாம் என்பதற்கான ஒப்பீட்டுக்கு கிரிக்கெட் எடுத்துக்காட்டு உதவியது, அவ்வளவுதான்.

கிரிக்கெட்டை விட்டுவிடுவோம். கிரிக்கெட்டை விட ஆபத்தான விளையாட்டு குத்துச்சண்டை. இந்த விளையாட்டில் மண்டையில் அதிரடிக் குத்துபட்டு இறந்த நூற்றுக்கு மேற்பட்ட வீரர்கள் ஒருபுறம் இருக்க, குத்தில் மூளை கலங்கிப் போய் கோமாவிலும் கடும் மூளைக்கட்டி நோய்களிலும் இறந்து போனோர் எண்ணிக்கை மிக அதிகம். பலரையும் நாக் அவுட்டில் காலி செய்த முகமது அலி பார்கின்சன் என்னும் நரம்பியல் நோயினால் கைகள் செயலிழந்து போனார். எதிரிகளைப் பேரிடியாகக் குத்தி வீந்ழ்த்தியதே, அவரது கைகள் செயலிழந்து

போனதற்கும் காரணமாயிற்று. உலகத்தில், ஏன், தமிழகத்திலும் முகமது அலிக்கு வீர வணக்கம் செலுத்திய எவரும் குத்துச் சண்டைக்குத் தடை கோரவில்லை.

அண்மையில் வெளிவந்த தங்கல் படத்தைத் தமிழக முற்போக் காளர்கள் உள்ளிட்டப் பலரும் பாராட்டினர். இளம்பெண்கள் மல்யுத்தம் எனப்படும் ரெஸ்லிங் விளையாட்டில் கடும்பயிற்சி எடுத்து உலக அரங்கில் பதக்கங்கள் பெற்றுச் சாதனை புரிவதே படத்தின் மையக்கரு. ஆனால் இந்த மல்யுத்தமும் உலக அரங்கில் பெண்கள் உள்ளிட்ட பல வீரர்களின் உயிரைத்

தொடர்ந்து பறித்து வருகிறது. ஜப்பானைச் சேர்ந்த ப்ளம் மரிகோ என்ற மல்யுத்த வீராங்கனை 1997இல் நடைபெற்ற ஒரு போட்டியின் போது எதிராளியால் தூக்கியெறியப்படுகையில், பின் மண்டையில் அடிபட்டு, மூளைச் சீழ் பிடித்து மாண்டு போனார். இப்படி மனித உயிர் பறிக்கும் எத்தனையோ ஆபத்தான வீர விளையாட்டுக்களைக் கூறிக் கொண்டே செல்லலாம்.

ருஷ்யாவும், சீனாவும் ஒலிம்பிக் ஜிம்னாஸ்டிக் போட்டிகளில் எப்படியாவது தங்கப் பதக்க வேட்டையில் வெற்றி பெற்று விட வேண்டும் என்ற நோக்கில் தங்கள் தேசத்துச் சிறுமிகளைப் படுத்தும் பாடுகள் உலகறிந்த செய்திகள். நான்கைந்து வயதுச் சிறுமியரின் கால் பாதங்களை வளைப்பது, இறுக்கமான ஷூக்களை மாட்டி விட்டு பாத வடிவத்தைக் குறுகியதாக மாற்றுவது எனப் பல கொடுமைகளை அந்நாடுகள் செய்கின்றன. ஒலிம்பிக் போட்டியில் மெல்லிய கட்டையில் உடலை வில்லாய் வளைத்து அசத்தி, தங்கப் பதக்கங்களைப் புன்னகை பூக்கப் பெற்றுக் கொள்ளும் அப்பெண்களின் பின் மறைந்துள்ள சித்திரவதைக் கதைகளை நம்மில் பலரும் அறிய மாட்டோம்.

நன்கு முறைப்படுத்தி, சீரிய பயிற்சியளித்து நடைபெறும் போட்டிகளில்தான் இவ்வளவு ஆபத்துகள். இந்த விளையாட்டு ஆபத்துகளுடன் ஒப்புநோக்கின், எந்த முறைப்படுத்தலோ, பயிற்சியோ இல்லாமல் நடைபெறும் சல்லிக்கட்டு ஆபத்து களைக் காட்டி பயமுறுத்துவது எவ்வளவு அபத்தமானது எனப் புரியும். நன்கு முறைப்படுத்தி விளையாடும் சல்லிக்கட்டில் உயிர் ஆபத்துகள் கிட்டத்தட்ட ஒழிந்தே போகும் என்பது விளங்கும்.

? இதெல்லாம் மனிதர்களும் மனிதர்களும் மோதும் விளையாட்டுக்கள்தானே? சல்லிக்கட்டில் மனிதர்கள் சுமார் 1 டன் எடையுடன் நிற்கும் காளையுடன் அல்லவா மல்லுக்கட்டுகிறார்கள்?

எதனுடன் மல்லுக்கட்டினால் என்ன? இறப்பு இறப்புதானே? காரை அதிவிரைவாக ஓட்டிக் காட்டுகிறேன் பார் எனக் கூறி அதிவேக கார்ப் பந்தயங்களில் கால் கை இழக்கும், இறந்து

போகும் இளைஞர்களின் சாகசம் பற்றி என்ன சொல்வது? மாடு அஃறிணை என்றால், கார் என்ன உயர்திணையா? மனிதர்களுக்குள் இடைப்பட்ட மோதலில் சாவு விழுந்தால் கவலையில்லை, மனித மிருக மோதலில், கார் பந்தயத்தில் சாவு வந்தால் மோசம் எனக் கூறுவது மட்டும் பொருத்தமான வாதமா என்ன?

? மனித மனித மோதலில் இருவருக்கும் தன் எதிரே இருப்பது மனிதர் என்பது தெரியும். ஆனால் மாட்டுக்கு என்ன தெரியும். அது எந்த அறிவுமற்று வரைமுறையின்றித் தாக்குமே?

சொல்லப் போனால், எந்த அறிவுமற்ற மாடுதான் ஆபத்து குறைவானது. எந்த அடிப்படையில் குத்தி எதிராளியை வீழ்த்த வேண்டும் என்ற அறிவியல் புரிதல் எல்லாம் அதற்குக் கிடையது. அது குத்துமதிப்பாகக் குத்தும், அவ்வளவுதான். ஆனால் குத்துச்சண்டையில் மண்டையில் எங்கு குத்தினால் எதிராளிகள் கதிகலங்கிப் போவார்கள் என அறிவியல் அடிப்படையில் அவ்வீரர்களுக்கு முறையான பயிற்சி அளிக்கப்படுகிறது. எனவே அவர்கள் எதிராளிகளை அடித்து வீழ்த்தும் பெருந்திட்டத்துடன் களமிறங்குவர். இப்போது தெரிகிறதா, எது ஆபத்தென்று? மேலும், குத்துச்சண்டை, மல்யுத்தம் எல்லாம் உலகளவில் அங்கீகாரம் பெற்று ஒலிம்பிக், காமன்வெல்த் என அனைத்துப் போட்டிகளிலும் இடம் பெறுகின்றன. எனவே இந்தியாவிலும், தமிழகத்திலும் நாள்தோறும் இந்த விளையாட்டுகளுக்குப் பல பயிற்சிப் பட்டறைகள் நடைபெற்று வருகின்றன. பிரம்மாண்ட அளவில் நடக்கும் இந்த விளையாட்டுகளை எதிர்க்காமல், ஆண்டுக் கொருமுறை அங்கொன்றும் இங்கொன்றுமாய் நடக்கும் சல்லிக்கட்டின் மேல் மட்டும் இந்த அறிவாபிமானிகள் சீறிப் பாய்வதுதான் இன்னும் பெரிய ஆபத்தாக உள்ளது.

? எவ்வளவுதான் விளக்கமளித்தாலும் மனிதர்கள் விலங்குடன் போய் மல்லுக்கட்டி நிற்பது மனத்துக்குப் பிடிக்கவில்லையே?

மீண்டும் மீண்டும் காளையுடன் மல்லுக்கட்டி நிற்பதாகப் பார்ப்பதால் தான் குழப்பம் வருகிறது. கலித்தொகை கூறும் ஏறுதழுவல், நாயக்கர் ஆட்சிக் காலத்தில் உருவானதாகக் கருதப் படும் சல்லிக்கட்டு ஆகிய இரண்டுக்கும் பெரிய வேறுபாடு இல்லை. சங்க காலத்தில் காளைகளின் திமில் பிடித்து நின்ற இளைஞனிடம்

ரோடியோ விளையாட்டு

பெண்கள் மையல் கொண்டனர், கூடிக்கலந்தனர். இதுவே பின்னர் காளைத் திமில் பிடித்து கொம்பில் சல்லிக்காசெடுக்கும் விளையாட்டானது. இதற்கு வாடி மஞ்சு விரட்டு என்ற பெயரும் உண்டு. இன்று திமில் அணைத்து வென்றோருக்கு மிதிவண்டிகளும், குடங்களும் பரிசாய்க் கிடைக்கின்றன. சில பகுதிகளில் நடைபெறும் வடமஞ்சுவிரட்டு கூட காளைகளுடன் மல்லுக்கட்டிச் சண்டையிடும் நிகழ்வன்று, 15 மீட்டர் கயிறொன்றில் கட்டி வைக்கப்பட்டு வட்டமிடும் காளையை அதிகபட்சம் 10 பேர் சேர்ந்து மடக்கி சல்லிக்காசெடுப்பர். எனவே சல்லிக்கட்டு ஒரு மல்லுக்கட்டு விளையாட்டல்ல.

சரி, விலங்குடன் மனிதன் போய் விளையாடுவது மனத்துக்கு அவ்வளவு பிடிக்கவில்லை என்கிறார்களே அறிவாபிமானிகள், அவர்கள் குதிரையேற்றத்தை மட்டும் ரசிக்கலாமா? நாம் ஏறுதழுவல் = குதிரையேற்றம் எனக் கூறலாம். சல்லிக்கட்டில் காளையின் திமில் தழுவியபடி விழாது ஓடிச் செல்வதே வெற்றி என்றால், குதிரையேற்ற விளையாட்டில் குதிரை மீதமர்ந்து பல மேடு பள்ளங்களையும் விழாது கடந்து செல்வது வெற்றியாகக் கருதப்படும்.

இது தவிர, அமெரிக்காவில் **ரோடியோ** என்ற மிகவும் புகழ்வாய்ந்த பழமை விளையாட்டு உள்ளது. இந்த

விளையாட்டில் அமெரிக்கக் காளை மாட்டின் மேல் வீரர் உட்கார்ந்து கொள்வார். அந்த மாடு தறிகெட்டு அங்குமிங்கும் மேலும் கீழும் குதிக்கும். பிடியை விடாது கீழே விழாமல் இருப்போர் வெற்றி பெற்றவர். கீழே விழுந்தவர் தோல்வி யடைவார். அவர் தப்பித் தவறி மாட்டின் கால்களுக்கு இடையில் மாட்டிக் கொண்டால் உயிரும் இழப்பார். அங்கு இந்த மிருகவதை தேவையா என்ற குரல்தான் ஒலிக்கிறதே தவிர, மனித உயிர் போவது பற்றி எவரும் கவலைப்படுவதில்லை. இன்று சென்னை உள்ளிட்ட தமிழக நகரத்தின் மால்களில் காணப்படும் துள்ளிக் குதிக்கும் பொம்மைக் காளைகளின் மீது சிறுவர்கள் **ரோடியோ** விளையாடக் காண்கிறோம். ஒரு வகையில் இதுவும் ஏறுதழுவலை ஒத்ததே. ஆனால் அமெரிக்காவில் ரோடியோவைத் தடுத்து நிறுத்த வக்கில்லாத பீட்டா கூட்டம் இந்தியக் காளைகளுக்குத் தடைகண்டு மதுவுண்ட நரிகளாய் ஊளையிடுகிறது. இளிச்சவாயர்கள் தமிழர்கள்தானோ?

நம்மூர் அறிவாபிமானிகளுக்குங்கூட தமிழ்ப் பாமரர்களின் ஏறுதழுவல் முட்டாள்தனமாகவும், ஐரோப்பியர்களின் குதிரையேற்றமும் அமெரிக்கர்களின் காளையேற்றமும் அறிவாளித் தனமாகப் படுவது ஏனோ?

? ஏறுதழுவல் போல், குதிரையேற்றத்தில் உயிரிழப்பு உண்டா என்ன?

ஏன் இல்லாமல்? உலகில் நடைபெறும் அனைத்துக் குதிரையேற்ற விளையாட்டுச் சாவுகளையும் கணக்கில் கொண்டால் எண்ணி மாளாது. நாம் உலகளவில் நடைபெறும் குதிரையேற்றப் போட்டிகளில் கலந்து கொள்ளும் அளவுக்கு நன்கு பயிற்சி பெற்ற குதிரை வீரர்களை மட்டும் எடுத்துக் கொண்டாலே, 1993 முதல் இது வரை 59 பேர் இறந்துள்ளனர். ஆஸ்திரேலியாவில் குதிரையேற்றப் பரம்பரையில் வந்த ஒலிவியா இங்க்லிஸ் என்ற 17 வயது இளம்பெண் 2016 மார்ச்சில்

நடைபெற்ற போட்டியில் குதிரையேறி ஒரு தடையைக் கடக்க முயன்ற போது குப்புற விழுந்து அந்த இடத்திலேயே இறந்து போனது உலகெங்கும் அதிர்ச்சி அலைகளை ஏற்படுத்தியது. அதே மார்ச் மாதத்தில் கைட்லின் ஃபிஷர் எனும் ஆஸ்திரேலியப் பெண் 19 வயதில் குதிரையேற்ற விபத்தில் இறந்தார். ஏன், ஒலிம்பிக் போட்டியில்கூட குதிரையிலிருந்து தலைகுப்புற விழுந்து தண்டுவடம் முறிந்து, கழுத்தெலும்பு உடைந்து வாழ்நாள் படுக்கை நோயர்களாகிப் போன பலர் உண்டு. ஆலிவுட் திரைப்படங்களின் சூப்பர்மேன் கதாநாயகனாகிய கிறிஸ்டோஃபர் ரீவ் இறந்தது குதிரையேறி விளையாடித்தான். இவ்வளவு இருந்தும் குதிரையேற்றத்துக்குத் தடை வேண்டும் என எவரும் சொல்லித் திரியவில்லை. இன்னும் பாதுகாப்பு ஏற்பாடுகளை முன்னேற்றுவது எப்படி என்றுதான் யோசிக்கின்றனர், புதுப் புது உயிர்ப் பாதுகாப்பு வழிமுறைகளையும் கண்டறிகின்றனர். இதுதான் அறிவியல் அணுகுமுறை. எதற்கெடுத்தாலும் தடை கேட்பதே அறிவீனம். நல்ல வேளையாக இத்தகைய தடைகள் கேட்பதற்கு நம்மூரைப் போன்ற அறிவாபிமானிகள் எவரும் அங்கு இல்லாமல் போனார்கள்!

ஒலிவியா இங்க்லிஸ்

மிருகாபிமானிகளுக்கு அலங்காநல்லூர்க் காளை நலனில் அதீத அக்கறையும், லண்டன் குதிரைகள் நலனில் ஒப்புக்கான அக்கறையும் காணப்படுவது போல், நம்மூர் அறிவாபிமானிகள் தமிழன் விளையாடும் சல்லிக்கட்டில் வெறுப்பும், ஐரோப்பியர்களின் குதிரையேற்றத்தில் பாராமுகமும் காட்டுகின்றனர். ஐரோப்பியன் ஐரோப்பியன்தானோ?

? குதிரையேற்றமானால் என்ன? சல்லிக்கட்டானால் என்ன? மனித உயிர் பறிக்கும் எல்லா விளையாட்டுக்கும் தடை கோருவதுதானே அறம்?

காளையானாலும், குதிரையானாலும் அதனுடன் மனிதர்கள் ஆபத்து எனத் தெரிந்தும் விளையாட விரும்புவதென்னவோ உண்மைதான். இதற்கெல்லாம் மனிதர்களின் இயல்பில் காணப்படும் சாகச உணர்வே அடிப்படை என்பதைப் புரிந்து கொள்ள வேண்டும். சாகச விளையாட்டுகள் அனைத்துக்கும் தடை போட வேண்டும் எனக் கிளம்பினால் உலகில் ஒரு விளையாட்டும் மிஞ்சாது. ஏன், உடல்வதை, மனவதை என்ற நோக்கில் பார்த்தால், ஜிம்னாஸ்டிக்ஸ், பளுதூக்கல், ஓட்டப்பந்தயம் எனப் பல விளையாட்டுகளையும் கூட தடை செய்ய வேண்டியிருக்கும்.

? மாடுகளை நம்பி மனிதர்கள் இருந்த பிரபுத்துவக் காலத்தில் சல்லிக்கட்டுச் சாகசத்துக்கு ஒருவேளை தேவை இருந்திருக்கலாம். ஆனால் மாடுகளின் இடத்தில் இன்று டிராக்டர்களும் லாரிகளும் வந்துவிட்ட பிறகு பிரபுத்துவ விளையாட்டுகள் தேவைதானா?

சாகசங்களை அவ்வளவு எளிதில் கொச்சைப்படுத்தி விட முடியாது. அந்தக் கால மலையேறிகளைப் போல் இப்போதும் பாடுபட்டு எவரெஸ்டில் ஏன் ஏறிக் கொண்டிருக்க வேண்டும், ஹெலிகாப்டர்தான் கண்டுபிடித்து விட்டோமே, அதில் பறந்து

நேராக எவரெஸ்டில் இறங்கிவிடலாமே என எவரும் கேட்பதில்லை. விசைப் படகுகள் வரை வந்து விட்டனவே, இனியும் ஏன் வேலை மெனக்கெட்டு நீச்சலடித்துக் கொண்டிருக்க வேண்டும். இதில்

| 28 |

கண்டம் விட்டுக் கண்டம் நீந்தும் நீச்சல் வீரர்களின் சாதனை வேறு! மனித சாகசங்கள் நவீனக் கண்டுபிடிப்புகளால் அடங்கிவிடுவதில்லை. அது மனிதக் குருதியிலேயே ஊறியது.

தவிர, விளையாட்டில் பிரபுத்துவ விளையாட்டு, முதலாளித்துவ விளையாட்டு, சோசலிச விளையாட்டு என்றெல்லாம் ஒன்றுமில்லை. குத்துச் சண்டைப் பதக்கங்கள் வென்று பெருமை கொள்ளும் நாடுதான் சோசலிச கியூபா.

பிரபுத்துவத்துக்கு முந்தைய வேட்டைச் சமூக மனிதனின் வில்வித்தைப் போட்டியை இன்றைய நவீன ஒலிம்பிக்கில் வெல்ல சோசலிச, முதலாளித்துவ நாடுகள் போட்டியிட வில்லையா என்ன? துப்பாக்கி வந்த பிறகு வேடுவர்களின் வில் எதற்கு என வில் விளையாட்டுகளையும் தடை செய்துவிட வேண்டியதுதானா?

? இப்போதுதான் விவாதம் மையப் புள்ளிக்கு வந்துள்ளது. சாகசம் என்ற பெயரில் ஏறுதழுவல் போன்ற ஒன்றுக்கும் உதவாத விளையாட்டுகளில் மதிப்பற்ற மனித உயிர்களை இழப்பதில் என்ன பலன் இருக்கிறது?

மனிதர்களுக்கு சாகச விளையாட்டுகளில் என்ன பலன் கிடைக்கிறது எனக் கேட்பதே தவறு. சாகசத்தில் மனிதர்களுக்குக் கிடைக்கும் மகிழ்ச்சிதான் பலனே. இதையும் தாண்டி, சாகசங்களில் உயிரியல் அறிவியல் உண்மைகளும் புதைந்துள்ளன.

? கிடைக்கும் சில வினாடி இன்பத்துக்காக உயிர் துறப்பதுதான் சாகசம் என்றால், அப்படி ஒன்றே நமக்கு ஏன்? அதற்கும் மேல், மனிதர்களின் வெட்டி சாகசத்தில் அறிவியல் வேறு இருப்பதாகச் சொல்வதுதான் கொடும் நகைச்சுவையாக இருக்கிறது. விளக்கம் கிடைக்கட்டுமே, அந்த அறிவியல் கடலில் தொபுக்கடீர் எனக் குதிக்க வேண்டியதுதான்!

இந்த நையாண்டியும் கிண்டலும்தான் பகுத்தறிவுக்குப் பெரும் ஆபத்து. மாட்டின் சாணம் கழுவிக் கொட்டுபவன்தானே, இவன்

என்ன பெரிதாகக் கிழித்துவிடப் போகிறான், மாடுபிடிக்கிறேன் என்ற பெயரில் குத்து பட்டுச் சாவதுதான் வீரமா? என்ற இளக்காரப் பார்வையே, மேட்டுக்குடி மனோபாவமே இந்தப் பகுத்தறிவுக் கேலிப் பேச்சுக்களுக்குக் காரணமாகிறது. பாட்டாளி மக்கள்தான் நம் பேராசான்கள். எனவே சமூக இயக்கத்திலிருந்து நாம் உண்மைகளைக் கண்டறிய வேண்டுமே தவிர, நமது பகுத்தறிவு அரிப்புகளைக் கொண்டுபோய் அவர்கள் மேல் திணிக்கக்கூடாது.

சல்லிக்கட்டு வீர விளையாட்டு என வர்ணிக்கப்பட்டாலும், அது அடிப்படையில் சாகச விளையாட்டுதான். சாகசமே வீரமாகி விடாது என்றாலும், வீரத்துக்கு அடிப்படை சாகசமே. உயிரினங்களின் அடிப்படைப் பண்பாடாகத் திகழும் சாகச உணர்வுதான் உயிர்ப் பரிணாமத்துக்கு அடிப்படை என மெய்ப்பிக்கின்றனர் உயிரியல் அறிவியலர்கள்.

> **?** என்னது? பரிணாம வளர்ச்சிக்கு சாகசம் உதவுகிறதா? தமிழில் எல்லா அறிவியலும் இருப்பதாகக் கூறித் திரிவது போல் அல்லவா இருக்கிறது?

அமெரிக்காவில் தேசிய சுகாதார நிறுவனத்தின் (என்ஐஎச்) கிளையாகிய தேசிய மருத்துவ நூலகத் துறையின் (என்எல்எம்) ஒரு பகுதியாக அரசின் நிதியுதவியில் இயங்கும் உயிரித் தொழில்நுட்பத் தகவலுக்கான தேசிய மையம் (என்சிபிஐ) என்ற அமைப்பு டிஎன்ஏ ஆய்வுத் தரவுகளைத் திரட்டி, அதன் அடிப்படையில் மரபீனி வங்கி ஒன்றை நிர்வகித்து வருகிறது. இந்த அமைப்பு உலகின் தரமிக்க உயிரித்தொழில்நுட்ப அமைப்பாகும். இதன் பொதுமருத்துவ மையம் (பிடிஎம்சி) உலகின் சிறந்த அறிவியல் ஆய்விதழ்களை என்சிபிஐ இணையத்தளத்தில் வெளியிடுகிறது.

இந்த இணையத்தளத்தில் காணக்கிடைக்கும் செரிப்ரம் என்ற ஆய்விதழில் வெளிவந்த அறிவியல் ஆய்வுரை ஒன்று நமது சாகச விவாதத்துக்கு மிகவும் ஏற்றது. ஏனென்றால் அந்த ஆய்வுரையில் மனிதர்களும், ஏனைய பல விலங்கினங்களும் ஆபத்தை விரும்பித் தேர்ந்தெடுப்பது ஏன்? என்பதற்குரிய ஆராய்ச்சி முடிவுகள் அடங்கியுள்ளன. இந்த ஆய்வுக்

கட்டுரையை முன்வைத்தவர் டேவிட் ஸ்லோவான் வில்சன். எத்தாலஜி எனப்படும் விலங்கு நடத்தையியல் நிபுணர் இவர். தெரிந்தே ஆபத்தில் குதிக்கும் குணம் கொண்ட விலங்கை **இடர்த்தேர்வு விலங்கு** (risk-taking animal) என்றும், ஆபத்தைத் தவிர்த்துக் கூசி ஒதுங்கும் குணம் கொண்டதைக் **கூச்ச விலங்கு** (shy animal) என்றும் வகை பிரிக்கிறார் வில்சன்.

அவர் அமெரிக்கக் கார்னெல் பல்கலைக்கழகத்தில் சோதனைக் குளங்களில் **பம்ப்கின்சீட் சன்ஃபிஷ்** எனும் மீன் இனத்தைக் கொண்டு ஆராய்ச்சியைத் தொடங்கினார். அவ்வின மீன்களுக்குத் தேவையான நல்ல உணவுகளைக் குளத்தில் புனல் போன்று குறுகிச் செல்லும் குழாய்க்குள் இடர்ப்பாடு மிகுந்த இடத்தில் வைத்தார். அந்தக் குறுகிய புனலுக்குள் நீந்தித் திரும்புவது கடினம் என்பதால், பயணம் இடர்ப்பாடு மிகுந்ததாகிறது. எப்படியாவது இடர்ப்பாடுகள் மிகுந்த புனலுக்குள் செல்கிற முடிவை எல்லா மீன்களும் தேர்ந்தெடுத்து விடுவதில்லை. சில மீன்களே இடர்கள் கடந்து செல்லும் ஆபத்தான முடிவைத் துணிந்து தேர்ந்தெடுத்து, அவ்வுணவைச் சுவைக்கக் கண்டார் வில்சன். இவற்றை வில்சன் **இடர்த்தேர்வு மீன்கள்** என அழைத்தார். மற்ற மீன்கள் என்ன செய்தன? அவை அந்த ஆபத்தான காரியமெல்லாம் நமக்குத் தேவைதானா என உணவுண்ணச் செல்லும் இடர்த்தேர்வு மீன்களை வேடிக்கை பார்த்தன. நாமும் அவ்விடம் செல்லலாமா? வேண்டாமா? என்ற தயக்கத்தில் கூசி ஒதுங்கி நின்றன. இந்த மீன்களே வில்சனின் பார்வையில் **கூச்ச மீன்கள்.** இந்த இரு வகை மீன்களையும் ஆய்வுக்கூடத்துக்குக் கொண்டு வந்த வில்சன் அவற்றின் முன் வித்தியாசமான பொருள் ஒன்றை வைத்தார். அந்தப் பொருளைக் கண்டதும் தயங்காது நீந்திச் சென்று, அதென்ன என்று ஆராய முற்பட்டன அந்த இடர்த்தேர்வு மீன்கள்!

அடுத்து **கப்பி** (guppy) எனப்படும் மீன்களைக் கொண்டு இன்னும் வித்தியாசமான சோதனை ஒன்றை மேற்கொண்டார் வில்சன். அந்த மீன்களைச் சாப்பிடும் பகைமீன் ஒன்றை எதிரே வைத்தார். இங்கும் இடர்த்தேர்வுக் குணம் கொண்ட **கப்பி மீன்களே** துணிச்சலாக நீந்தி பகைமீனை ஆராய்ந்து பார்க்கச் சென்றன. இந்த இடர்த்தேர்வு கப்பி மீன்கள் பகைமீனின் வாயில் மாட்டிச் சாகும் வாய்ப்புள்ளதே, இதனால் என்ன பயன் என்ற கேள்வி

எழுவது நியாயமே என்கிறார் வில்சன். ஆனால் டார்வினின் இயற்கைத் தேர்வு முறையில் இடம்பிடிப்பதற்கு இடர்த்தேர்வு கப்பி மீன்கள் தரும் விலையிது என்கிறார் வில்சன். இயற்கைத் தேர்வெல்லாம் ஒரு பக்கம் இருக்கட்டும். ஆபத்தில் துணிந்து இறங்கும் மீன்கள் மட்டும் நல்ல வனப்பான நிறத்தில் மிளிரும்! கேட்கவா வேண்டும், அந்த மீன்களைத்தான் பெண் கப்பி மீன்கள் விரும்பிக் காதலிக்கும் என்கிறார் வில்சன்! இதற்கு என்ன விலையும் கொடுக்கலாந்தானே! துணிச்சல் மீன்களின் குறும்பு இத்துடன் முடியவில்லை, அவை எப்போதெல்லாம் தம்மைப் பெண் மீன்கள் கவனிக்கின்றனவோ, அப்போதெல்லாம் பகைமீன்கள் நோக்கி நீந்தி அவற்றை அசத்தப் பார்க்கும், உடனே பெண்களுக்கும் காமம் பொங்கி வழியும் என்கிறார் வில்சன்! ஆனால் பாவம், அந்தக் கூச்ச மீன்களின் நிலைதான் அந்தோ பரிதாபம்! அவற்றைப் பெண்கள் கண்டுகொள்வதே இல்லை! காளைக் கொம்புக்கு அச்சப்படும் ஆண்மகனை எந்தப் பெண்ணும் மறுபிறவியிலும் அணைக்க விரும்பாள் எனக் கூறும் கலித்தொகைப் பாடல் எவ்வளவு பொருத்தம்.

பழம் நினைவுகள் ஒரு பக்கம் இருக்கட்டும், உயிரினம் இயற்கை இடர்களிலிருந்து தப்பிப் பிழைத்துப் பரிணாம வளர்ச்சி கண்டு தழைத்தோங்குவதற்கு சாகச உணர்வு ஓர் இன்றியமையா அடிப்படை.

> விலங்குகள் தப்பிப் பிழைப்பதற்கு, காதல் கொள்வற்கு சாகச உணர்வு தேவைப்படுகிறது என்பதெல்லாம் சரி, ஆனால் மனிதர்கள் சமூக விலங்காயிற்றே. சமூகக் கூட்டுணர்வுக்கு இந்த சாகசங்களால் என்ன பயன்? உள்ளபடியே இல்லாதவருக்கு உதவி வாழும் பண்புகள்தானே இன்றைய மனிதருக்குத் தேவை? இன்னும் குறிப்பாக அறிவு வளர்ச்சி மிக முக்கியமில்லையா?

வில்சனின் கதையை முடிப்பதற்குள் குறுக்கே நுழைந்தால் என்ன செய்வது? துணிச்சலான கப்பி மீன்களுக்குக் காதல் கைகூடுவது பேரின்பந்தான். ஆனால் கதை காதலுடன் முடிவதில்லை, அவற்றிடம் குறிப்பான வேறு சிறப்பியல்புகளும் இருப்பதாகக்

கண்ட வில்சனின் ஆய்வு இன்னுங்கூட முக்கியத்துவம் பெறுகிறது. இந்த மீன்கள்தான் பல இடர்ப்பாடு கடந்து பெற்ற உணவை மற்ற மீன்களுடன் பகுத்துண்டு வாழ்கின்றன என்கிறார் வில்சன். அதாவது கூடிவாழும் பண்பு இடர்த்தேர்வு கப்பி மீன்களுக்கே மிகுதி என்கிறார்! எதையும் மிக விரைவாகப் புரிந்து கொள்ளும் திறனும் இந்த மீன்களுக்கு அதிகம் என்கிறார்!

இதே செரிப்ரம் இதழில் பீட்டர் ட்ரெ என்பவரின் ஆய்வுரையும் இடம்பெறுகிறது. அவர் **டிட்** எனப்படும் பறவை இனத்தை ஆய்வுசெய்தார். **டிட்** பறவைகளில் வேகமாகப் பறப்பனவற்றை **இடர்த்தேர்வுப் பறவைகள்** என்றும், மந்தமாகப் பறப்பன வற்றைக் **கூச்சப் பறவைகள்** என்றும் வகை பிரித்தார். பறவைகளை வேலைகள் செய்யப் பயிற்றுவிக்கும் பறவைப் பயிற்றுனர்களிடம் இவ்விரு வகைப்பட்ட பறவைகளையும் ஒப்படைத்தார் பீட்டர். இடர்த்தேர்வு டிட் பறவைகளே பயிற்றுனர் தரும் பயிற்சிகளை மிக வேகமாகப் பயின்றன! அறிவுத் திறத்தில் மிளிர்ந்து நின்றன.

பீட்டர் பிறகு நாய்களிடம் சோதனை செய்தார். பல ஆபத்தான சூழல்களை அவற்றுக்குக் கொடுத்து, சோதனைகள் நடத்தி இடர்த்தேர்வு நாய்களையும் கூச்ச நாய்களையும் பிரித்தார். இரண்டுக்கும் பயிற்சியளித்து பார்வையிழந்தோரின் உதவிக்கு அனுப்பிவைத்தார். இடர்த்தேர்வு நாய்களே பார்வையிழந்த அந்த மனிதர்களுக்கு மாய்ந்து மாய்ந்து உதவின என்கிறார் பீட்டர்!

ஆக, இரைதேடல், காதல் உணர்வு, அறிவுத்திற மேம்பாடு, உதவும் நன்னோக்கம் என அனைத்திலும் ஒரு கூறாய் இருப்பது சாகசம்!

இந்த ஆராய்ச்சிகள் மனிதர்களிடமும் தொடர்ந்து நடைபெற்று வருகின்றன. கிடைக்கும் முடிவுகள் விலங்குகளிடம் செய்த ஆராய்ச்சிகளைப் பெரிதும் ஒத்துள்ளன. இன்னும் மனித ஆராய்ச்சி முடியவில்லை என்றாலும், இந்தப் பயணம் இடர்த்தேர்வு மனிதர்களுக்கே வெற்றியளிக்கும் என்பதில் ஐயமில்லை.

நேச்சர் என்ற புகழ்வாய்ந்த அறிவியல் ஆய்விதழ் மனித டிஎன்ஏவில் காணப்படும் இருவகை மரபீனிகள் குறித்து ஆராய்ச்சி செய்து ஆய்வுரைகள் வெளியிட்டு வருகிறது. ஒன்று, *சாகச மரபீனி* (adventure gene), மற்றொன்று *அலுப்பு மரபீனி* (boring gene). சாகச மரபீனி கொண்டோரே புத்தம் புதியனவற்றை நோக்கி நகர்வதை ஆய்வுகள் உறுதிப்படுத்தி வருகின்றன. சாகச மனநிலை கொண்டோர் போதை மருந்துகளுக்கும் மதுவுக்கும் அடிமையாகும் வாய்ப்பு குறைவு என்கின்றன இந்த ஆய்வுகள். இந்த அடிப்படையில் மருத்துவர்கள் தரும் அறிவுரைகளை ஏற்று, ஐரோப்பிய நாடுகளில் பெற்றோர்கள் போதைப் பழக்கங்களில் மாட்டிக் கொண்ட பிள்ளைகளை மீட்கும் நோக்கில், அவர்களை மலையேற்றம், பக்கி ஜம்பிங் போன்ற சாகசச் செயல்களில் ஈடுபடுத்தும் போக்கு அதிகரித்து வருகிறது.

கூடிவாழும் பண்பு சாகச விலங்குகளுக்கு இருப்பது போல் மனிதர்களுக்கும் உண்டா என்ற சோதனைகளும் நடந்து வருகின்றன. உரங்குட்டான் குரங்குகளில் நடந்த ஆய்வுகள் இடர்த்தேர்வுப் பண்புக்கும் கூட்டுவாழ்வுப் பண்புக்கும் இடையிலான உறவை உறுதிசெய்துள்ளன என்றாலும், மனிதர்களிடம் இன்னும் முடிந்தபாடில்லை.

ஆராய்ச்சிகள் ஒரு பக்கம் இருக்கட்டும், நாம் நம் கண் முன்னே காண்கிறோம். சாலையில் ஒருவர் அடிபட்டுக் கிடக்கிறார். நாம் உண்டு நம் வேலையுண்டு நமக்கெதுப்பா இந்த போலீஸ் வம்பு தும்பெல்லாம் என நினைக்கும் கூச்ச மனிதர்கள் ஒதுங்கிப் பறந்து விடுவர். போலீசாவது, வேலையாவது சாகக் கிடக்கும் உயிரைக் காப்பாற்றுவதே முக்கியம் எனத் துணிந்து களமிறங்குவோர் இடர்த்தேர்வு மனிதர்களே!

தமிழகமெங்கும் சல்லிக்கட்டுப் போராட்டத்தில் ஈகஉணர்வுடன் கலந்து கொண்ட ஒவ்வொருவரும் இடர்த்தேர்வு மனிதர்களே! சென்னைக் கடற்கரையில் வெறிபிடித்த போலீஸ் கும்பல் தாக்கி இளைஞர்களைக் கடல் நோக்கித் தள்ளி முற்றுகையிட்டபோது, துணிந்து களமிறங்கிய மீனவர்களும் இடர்த்தேர்வு மனிதர்கள்தாமே?

ஆபத்தான சூழலைத் தவிர்ப்பது யார்? அது கூச்சப்பட்டு ஒதுங்கிச் செல்லும் கூட்டமே என்பது நமக்கே தெரியும். இடர்த்தேர்வு என்பது பாட்டாளிகளின் சாகசப் பண்பாடு, கூச்சம் என்பது மேட்டுக்குடியினரின் அலுப்புப் பண்பாடு. வர்ண அடுக்கில் மேலிருந்து கீழே வரவர, இடர்த்தேர்வு பண்பாடு, எனவே பகுத்துண்டு வாழும் கூட்டுப்பண்பாடு மிகுந்து செல்லக் காணலாம்.

எனவே சல்லிக்கட்டில் களமிறங்கும் ஆகப் பெரும் தகுதி படைத்தோர் தலித் பெருமக்களே!

? புரிகிறது, சாகசம் மாட்டுடன் சண்டையிடவும் பயன்படுகிறது, கூட்டுணர்வுக்கும் அறிவுக்குங்கூட பயன்படுகிறது என்பது புரிகிறது. ஆனால் விலங்குகளுடன் வாழ்ந்த பழங்கால மனிதர்களுக்கு வேண்டுமானால் அவற்றை மல்லுக்கட்டி அடக்கும் சாகச உணர்வு தேவைப்பட்டிருக்கலாம். விலங்கு ஆபத்தேதும் இல்லாமல் வாழும் இன்றைய நவீன மனிதனுக்கு எதற்கு இந்த மாட்டுச் சண்டை சாகசம்? இந்தக் கேடான சாகச உணர்வை மடைமாற்றிஅறிவு வளர்ச்சி போன்ற நல்லனவற்றுக்குப் பயன்படுத்திக் கொள்வதுதானே பகுத்தறிவு?

பரிணாம வளர்ச்சிக்கே உதவும் சாகச உணர்வு உயிர்களின் பிரிக்கவியலாத அடிப்படைப் பண்பு என்பதறிந்தோம். மார்க்சிய நோக்கில், மனிதச் சமுதாயம் நாம் திட்டமிட்டு வார்க்கும் அச்சுப்பதிப்பு அல்ல. பல மனிதர்களின் கூட்டில் செயல்படும் தொகுப்பியக்கம் அல்லது கூட்டியக்கம். நாம் நம் போக்குக்கு சாகச உணர்வை இதற்குப் பயன்படுத்தலாம், அதற்குப் பயன்படுத்தலாகாது என்றெல்லாம் பிரித்து இயற்கையான சமூக இயங்கியல் போக்குக்குக் கட்டளையிட முடியாது. நமக்குப் பிடிக்கிறதோ இல்லையோ, அது அப்படித்தான். சாகச உணர்வு சிலரிடம் மாட்டுச் சண்டையில் வெளிப்படும், சிலரிடம் மலையேற்றத்தில், சிலரிடம் பாராசூட் குதிப்பில் வெளிப்படும். இந்த சாகசமே சிலரிடம் இன்னும் வளர்ந்து ஆபத்து நேரத்தில்

உதவுவதில், அறிவு உழைப்பில் வெளிப்படும். இந்த சாகசமே இன்னும் மேம்பட்டு சிலரை மொழிப் போராட்டங்களிலும், சாதியொழிப்புக் களங்களிலும், விடுதலைப் போர்களிலும் கொண்டு போய் நிறுத்தும். இந்த சாகசக் குணங்களில் ஒன்றில்லாமல் மற்றது இல்லை. ஒன்றின் சங்கிலிப் பிணைப்பே மற்றது. இந்த அனைத்து சாகசக் குணங்களின் கலவையாக ஒருவர் இருக்கலாம். வேறொருவரிடம் ஏதோ ஒரு சாகசக் குணம் மட்டும் விஞ்சி வெளிப்படலாம். இயங்கியல் நோக்கில் இவற்றில் எந்த ஒன்றும் உயர்ந்ததும் இல்லை, தாழ்ந்ததும் இல்லை. மூட சாகசம், அறிவு சாகசம் என்ற சிந்தனைதான் அதீதப் பகுத்தறிவுவாதத்துக்கு வித்திடுகிறது. யாருக்கு எது சாகசமாக இருக்க வேண்டுமென முடிவு செய்யப் புறப்படுவது சமூகச் செயற்பாடுகளை இயற்கை இயங்கியலாகப் பார்க்காமல், வெறும் நாடக அரங்காகப் பார்க்க ஆசைப்படும் சிறுபிள்ளைத் தனமே ஆகும்.

இந்தக் கடின அறிவியலை எளிய எடுத்துக்காட்டின் உதவியில் புரிந்து கொள்ளலாம்.

சிகரம் என்பது தனித்து உதித்து நிற்பதில்லை. சிறு சிறு குன்றுகளும், அதன் மேல் உயர்ந்து செல்லும் பெருமேடுகளும், அதன் மேல் பெரும் மலைகளும் ஒன்றாய்ச் சூழ, அதற்கும் மேல் ஒய்யாரமாய் உயர்ந்து நிற்பதே சிகரம். அதே போல் கைவிட்டு மிதிவண்டி ஓட்டுதல், மாடுபிடிப்பு, மலையேற்றம் போன்ற சிறு சிறு சாகசங்கள், அதற்குமேல் துணிந்து இறங்கும் தொழில் முனைவு, அஞ்சாது உயரும் வானேற்றம் போன்ற இன்னும் பெரிய சாகசங்கள் என வளர்வதுதான் சாதனை மனிதர்களின், விடுதலைப் போராளிகளின் பெரும் சாகசங்களாகக் கிளைவிட்டு வளர்ந்து, இறுதியில் அது வரலாற்று நாயகர்களின் வடிவத்தில் உச்சபட்ச சாகசமாக நெடிதுயர்ந்து நிற்கிறது.

நாம் சரியாகச் சொல்வோம், சல்லிக்கட்டிலும் குதிரை யேற்றத்திலும் வெளிப்படும் அந்த சாகச உணர்வுதான் மனித இனத்தின் உச்சத்திற்கு அடிப்படை. அதுதான் தாலமுத்து நடராசனை ஈகியர்களாக்கியது. முத்துக்குமாரைத் தமிழீழத்துக்காக உயிர் துறக்கச் செய்தது. தமிழீழத்தில் பல கரும்புலிகளை உருவாக்கியது. டென்சிங்கை எவரெஸ்ட் சிகரமேற்றியது. கொலம்பசை ஆபத்தான கடல்பயணத்தில் தள்ளியது.

பீலேயைக் கால்பந்து மன்னனாக்கியது. ஐன்ஸ்டைனைச் சார்பியல் உச்சத்தில் நிறுத்தியது. ஆம்ஸ்ட்ராங்கை நிலவில் கால் பதிக்கச் செய்தது. பெரியாரையும் அம்பேத்கரையும் வர்ணப்புற்று மண்டிய இந்தியாவில் சாதியொழிப்பு வீரர்களாய்க் களமிறக்கியது. தமிழீழத் தலைவர் பிரபாகரனைத் தமிழர் வரலாற்றின் நாயகனாக்கியது. மார்க்சை முதலாளித்துவப் பூதமழிக்கும் கருத்துப்படைக்கலனாய் மூலதனம் படைக்கச் செய்தது. சமூக அறிவியல் நோக்கில், இயற்கை இயங்கியல் பார்வையில், இது ஒரு தொடர் சாகசச் சங்கிலி.

? சல்லிக்கட்டு சாகசத்தின் பின்னணியில் இவ்வளவு அறிவியலா? வியப்பாய்த்தான் உள்ளது. சல்லிக் கட்டுக்குத் தடை கோருவது சனநாயக மறுப்பே எனத் தெளிவாகப் புரிகிறது. ஆனால் சல்லிக்கட்டில் சனநாயகம் இல்லாமல், அதன் சாகசச் சாதனைகள், தொன்மை பற்றி எல்லாம் பேசுவதில் என்ன பொருள்? சல்லிக்கட்டில் கலந்துகொள்ள ஆகப் பெரும் தகுதி படைத்தோர் தலித் மக்களே என முழங்குவது கேட்க நன்றாகத்தான் இருக்கிறது. ஆனால் அது ஒற்றைச் சாதியினரின் ஆதிக்கத்தில் இருப்பதை மறுக்க முடியுமா? மேலும், வீரமும் சாகசமும் ஆண்களுக்கு மட்டுமே எனக் கூறுவதில் என்ன சனநாயகம் உள்ளது?

சல்லிக்கட்டுக்கு ஆகப் பெரும் தகுதி படைத்தோர் தலித்துகளே எனச் சொல்வதில் இருந்தே, சல்லிக்கட்டில் சாதிச் சமத்துவம் வேண்டும் என்ற கோரிக்கையும் அடங்கியுள்ளது எனத் தெளிவாகப் புரிந்து கொள்ளலாம். அதே போல், சல்லிக்கட்டு ஒற்றைச் சாதியினரின் விளையாட்டு என்பதில் முழு உண்மை இல்லை என்றாலும், அங்கு சாதிய இறுக்கம் இருப்பதை மறுக்கவியலாது. தென் மாவட்டங்களில் தலித் மக்கள் மீது நடைபெறும் சாதியத் தாக்குதல்களுக்குச் சல்லிக்கட்டும் ஒரு காரணமாக இருப்பதைப் பல கள ஆய்வுகள் வெளிப்படுத்துவதும் உண்மையே. எதையும் மறைத்துப் பேச வேண்டியதில்லை. ஆனால் இதைக் காரணம் காட்டி சல்லிக்கட்டை ஒழிக்க வேண்டும் எனக் கூறுவதுதான் தவறு.

சாதியற்ற தமிழகத்தில் பிறந்த தமிழர்களின் ஏறுதழுவல் இன்று சாதியச் சேற்றில் மூழ்கிக் கிடப்பது உண்மை என்றாலும், நாம் நல்ல வருங்காலத்தில் நம்பிக்கை வைத்துள்ளோம். ஆம், சாதியற்ற தமிழ்ச் சமூகம் வருங்காலத்தில் மலரும் என்பதில் நம்பிக்கை வைத்துள்ளோம். அப்போது சல்லிக்கட்டிலும் சாதியழுக்கு நீங்கும். ஏன்? இப்போதே கூட தலித் சமூகத்தினர் தைப் பொங்கலை ஒட்டி பல தென்மாவட்டக் கிராமங்களில் சல்லிக்கட்டு நடத்தி வருகின்றனர். சாதியெல்லை கடந்த சமத்துவச் சல்லிக்கட்டைத்தான் நாம் விரும்புகிறோம். அது வரை சல்லிக்கட்டு உரிமை காப்பது கடமை என இளைஞர்கள் தெளிவாகவே புரிந்து வைத்துள்ளனர்.

தமிழ் இலக்கியத்தில் சாதியம் கலந்துள்ளது எனத் தமிழை அழிக்கச் சொல்வதற்கும், சல்லிக்கட்டில் சாதிய ஆதிக்கம் உள்ளது எனக் கூறி சல்லிக்கட்டை ஒழிக்கச் சொல்வதற்கும் எந்த வித்தியாசமும் இல்லை. தமிழர்களிடம் சாதி உள்ளது, எனவே தமிழர்களே அழிந்து விட வேண்டும் என்ற பெருங் கொடுமைக்கல்லவா இந்த வாதம் இட்டுச் செல்லும்.

எனவே ஒழிக்கப்பட வேண்டியது சாதியே தவிர, சல்லிக்கட்டன்று.

தமிழ்த் தேசம் ஒரு சாதியச் சமுதாயம் என்பதை ஏற்றுக் கொண்டால், அந்தச் சாதியம் விளையாட்டில் மட்டுமல்ல, அரசுத்துறை, நீதித்துறை, கல்வித்துறை என எங்கும் ஆதிக்கம் செலுத்தத்தான் செய்யும். அதற்காக நாம் அத்துறைகளையே அழித்து விடுவதில்லை. அங்கு இடஒதுக்கீட்டை உருவாக்கி சமூகநீதியை நிலைநாட்டிக் கொள்கிறோம்.

சல்லிக்கட்டென்ன? பார்க்கப் போனால், தமிழகமெங்கும் பரவியுள்ள கிட்டிப் புள், கோலிக்குண்டு, பாண்டி விளையாட்டுகளில் கூடத்தான் சாதியாதிக்கம், வர்க்க ஆதிக்கம் எல்லாம் இருக்கும். விட்டால் கில்லிக்கும், கோலிக்கும் தடை கேட்டுப் புறப்பட வேண்டியதுதானா?

கோயில் கருவறைகளில் ஒற்றைச் சாதி ஆதிக்கம் நிலவும் காரணத்தால் கோயிலையே அழிக்க நாம் கோருவதில்லை. அனைத்துச் சாதியினருக்கும் அர்ச்சகர் பயிற்சி கொடுத்து, அவர்களும் கருவறையில் நுழைவதற்கு உரிமைகோரி தொடர்ந்து போராடி வருகிறோம்.

ஏதோ ஒரு காரணத்தினால் மக்களை முட்டாள்களாக்கும் இந்தக் கோயில்கள் அழிக்கப்பட்டால் அதனை வரவேற்கலாந்தானே எனத் தோன்றலாம். இது எவ்வகையிலும் சமூகநீதியை நிலைநாட்டாது என அன்றாட நடைமுறைகள் நமக்கு உணர்த்துகின்றன.

தலித் மக்கள் கண்டதேவி கோயில் தேர் வடம் பிடித்து இழுக்கக் கூடாதென்ற தீண்டாமைக் கொடுமையை எதிர்த்துப் போராடினோம். நீதிமன்றத்திடம் உரிமையும் பெற்றோம். ஆனால் ஆத்திரமுற்ற ஆதிக்கச் சாதியினர் தேரோட்டத்தை நிறுத்தி விட்டனர். நின்ற தேரால் மக்களிடம் மூடநம்பிக்கை ஒழியுமே எனக் கருதுவது அப்பட்டமான சமூகஅநீதி! கண்டதேவி தேரை ஓட விட்டு தலித் மக்களின் வழிபாட்டு உரிமையின் பக்கம் நிற்பதுதான் சமூகநீதி!

இதே அடிப்படையில்தான் எங்கெல்லாம் கோயில் நுழைவுக்கு தலித் மக்கள் உரிமை பெறுகிறார்களோ, அக்கோயில்கள் உடனே இழுத்து மூடப்படுகின்றன. இதனால் உடனே மக்களிடம் பகுத்தறிவு வளரும் என நினைப்பது மடமையல்லவா? தலித் மக்கள் போராடிப் பெற்ற உரிமையை நிலைநாட்டிக் காட்டுவதுதானே அறிவுடையாகும்?

இயக்குனர் சுசீந்திரன் அவரது ஜீவா திரைப்படத்தில் தமிழகக் கிரிக்கெட்டில் பார்ப்பனர்களின் ஆதிக்கத்தைத் தெளிவாக வெளிப்படுத்தினார். தமிழ்நாட்டிலிருந்து இந்தியக் கிரிக்கெட் அணியில் இதுவரை பார்ப்பனரல்லாதார் இடம்பெறவில்லை என்றாலும், சுசீந்திரன் கிரிக்கெட்டுக்குத் தடை கோரவில்லை. கிரிக்கெட்டில் ஒற்றைச் சாதியாதிக்கம் ஒழிய வேண்டுமென்றே படத்தை முடித்தார்.

சாதியாதிக்கத்தைக் காரணங்காட்டி சல்லிக்கட்டுக்குத் தடை கேட்கும் முற்போக்குவாதிகள் எவரும் பார்ப்பனர்களின் முழுக் கட்டுப்பாட்டில் உள்ள தமிழகக் கிரிக்கெட்டுக்கு இது வரை தடை கேட்கவில்லையே, ஏன்? அல்லது அப்படித் தடை கேட்டுப் போராட்டமேதும் எவருமறியாது நடந்ததா? தெரியவில்லை.

இந்திய விளையாட்டுகளில் சாதியாதிக்கமும் ஆணாதிக்கமும் உள்ளது போல் ஐரோப்பிய, அமெரிக்க விளையாட்டுகளிலும் ஆதிக்கங்கள் உண்டு. அங்கும் ஆணாதிக்கம் உண்டு. ஆனால் சாதியாதிக்கத்துக்குப் பதிலாகக் கறுப்பின மக்களுக்கு எதிரான வெள்ளையின ஆதிக்கம் உண்டு. ஒரு காலத்தில் ஒலிம்பிக் விளையாட்டுகளைப் பார்ப்பதற்குக் கூட பெண்களுக்குத் தடை இருந்தது. பிறகு விளையாடத் தடை இருந்தது. முதன் முதலாகப் பெண்கள் டென்னிஸ் விளையாட்டின் மூலந்தான் 1900 ஒலிம்பிக்கில் அறிமுகமானார்கள், அதுவும் குட்டைப் பாவாடை அணியக் கூடாது என்ற விதியுடன்! பிறகு ஒவ்வொரு விளையாட்டிலும் அறிமுகமானார்கள். இரண்டு ஒலிம்பிக் முன்புதான் பெண்கள் பளுதூக்கும் போட்டிகளில் காலடி வைத்தார்கள்.

அமெரிக்காவிலும், ஐரோப்பாவிலும் இனப்பாகுபாட்டுக் காலங்களில் கறுப்பின மக்கள் திறமையிருந்தும் விளையாட்டு களில் இருந்து பெருமளவுக்குப் புறக்கணிக்கப்பட்டார்கள். ஆனால் தொடர்ச்சியான போராட்டங்களுக்குப் பிறகு இன்று அமெரிக்கர்களுக்கு ஒலிம்பிக் போன்ற பன்னாட்டு விளையாட்டுகளில் பெருமை சேர்த்துத் தருவோர் கறுப்பின மக்கள்தான்.

இவ்வளவுக்குப் பின்னும் இன்றுங்கூட கறுப்பர்களுக்கும் பெண்களுக்கும் அரசு தரும் மானியங்கள் சரிவர வந்து சேர்வதில்லை. வங்கிகள் இவர்களுக்கு விளையாட்டுக் கடன்கள் தரத் தயங்குகின்றன. இந்த அநீதிகளுக்கு எதிராகக் கறுப்பின மக்களுடன் சேர்ந்து சமூகநீதி எண்ணம் கொண்ட வெள்ளையர்களும் பெண்களும் தொடர்ந்து போராடி வருகின்றனர். இன்னும் இன்னும் விளையாட்டுப் போட்டிகளை சனநாயகப்படுத்தும் முயற்சிகளில் ஈடுபடுகிறார்களே தவிர, அப்போட்டிகளையே ஒழிக்கக் கோரவில்லை.

தென்னாப்பிரிக்காவில் நிறவெறி உச்சத்தில் இருந்த காலத்தில், திறமைமிக்க கறுப்பின கிரிக்கெட் வீரர்கள் பலரையும் வெள்ளை நிறவெறி அரசு புறக்கணித்தது. அது முழு முழு வெள்ளையர்க்

கிரிக்கெட் அணியாகவே விளையாடி வந்தது. எனவே உலகக் கிரிக்கெட் அணிகள் தென்னாப்பிரிக்க அணியோடு விளையாடாமல் தவிர்த்தன. படிப்படியாக நிறவெறியில் மூழ்கியிருந்த அனைத்து தென்னாப்பிரிக்க விளையாட்டுப் போட்டிகளையும் புறக்கணித்தன. தொடர்ச்சியான போராட்டங்களுக்குப் பிறகு இன்று கிரிக்கெட் உள்ளிட்ட தென்னாப்பிரிக்க விளையாட்டு அணிகளில் கறுப்பின மக்கள் இடம்பெறக் காண்கிறோம்.

இதேபோல் தமிழகத்திலும் நமக்குத் தைப் புரட்சி சனநாயக வெளியைத் திறந்து விட்டிருப்பதைச் சல்லிக்கட்டு எதிர்ப்பாளர்களும் மறுக்க முடியாது. சல்லிக்கட்டுக்கு ஆதரவாகச் சென்னை மெரினாவிலும் மற்றத் தமிழக நகரங்களிலும் கூடிய இளைஞர்கள் பக்கத்தில் அமர்ந்திருப்பவரின் சாதி தெரியாமல் தமிழர்களின் உரிமைகளுக்கு ஒன்றாய்க் குரல் கொடுத்தார்கள். ஆண் பெண் தோழமை என்றால் என்ன என்பதை இளைஞர்கள் போராட்டத்தின் வாயிலாகத் தமிழர்க்கு உணர்த்தினர். ஆண் பெண் உறவைக் கொச்சைப்படுத்தி பெண்களின் சுதந்திர வெளியை மறுக்கும் ஆணாதிக்கப் பேதையர்களின் செவிட்டில் அறைந்தனர். இதுசல்லிக்கட்டுப் புரட்சி மூலம் தமிழகம் கண்ட பெரும் பலன்களில் ஒன்று.

இன்று நடைபெற்று வெற்றி பெற்றுள்ள போராட்டம் சல்லிக்கட்டு விளையாட்டை நாளை மெரினா கடற்கரையிலும் அரங்கேற்றும். தமிழக நகரங்களிலும் நடத்திக் காட்டும். அப்போது சல்லிக்கட்டு சாதிகடந்த விளையாட்டாகப் பரிணமிக்கும்.

தமிழீழப் போராட்டம் பெண்களைத் துவக்கு பிடிக்கச் செய்தது என்றால், தமிழகத்தின் சல்லிக்கட்டுப் புரட்சி தமிழச்சிகளையும் காளைகளின் திமில் பிடிக்கச் செய்யும்.

இந்தச் சமத்துவச் சல்லிக்கட்டை நேர்மையுடன் வளர்த்தால், நாளை ஒலிம்பிக்கில் ஐரோப்பியக் குதிரைகளுடன் தமிழர்களின் காளைகளும் சீறிப் பாயும்!

நாம் பகைவரை எதிர்த்து நடத்தும் போராட்டத் தீயில் பொசுங்குவது அவர்கள் நமக்குச் செய்யும் தீமைகள் மட்டுமல்ல, நமது பிற்போக்குப் பண்பாடுகளுந்தான் என்ற மாவோவின் கூற்றை மெய்ப்பித்துக் காட்டியுள்ளது சல்லிக்கட்டுப் புரட்சி!

? சல்லிக்கட்டு நடத்தாவிட்டால், தெய்வக் குத்தமாகி விடும், பஞ்சம் உண்டாகும் என்றெல்லாம் கிராம மக்கள் கூறுகிறார்கள். சல்லிக்கட்டுக் காளைகளை வைத்துக் கோயில் வழிபாடு வேறு செய்கிறார்கள். பார்த்தால், இது இந்துக்களின் விளையாட்டு போலல்லவா தெரிகிறது?

சல்லிக்கட்டு என்றல்ல, உலகின் எந்த விளையாட்டுக்கும் இது பொருந்தும்.

மீசோஅமெரிக்கப் பழங்குடியினர் 3000 ஆண்டுகளுக்கு முன் ஒரு வகைப் பந்து விளையாட்டை விளையாடினர். அந்தப் பந்தைச் சூரியனாகக் கருதுவர். அந்தப் பந்தை உருட்டி இரு அணிகளும் கோலடித்து விளையாடுவர். இறுதியில் தோற்கும் அணியின் தலைவரைக் கடவுளுக்குப் பலி கொடுப்பர். அப்போதுதான் நாடு செழிக்கும் என்பது அவர்களின் நம்பிக்கை. பந்தை இடுப்பில் தட்டியும், குச்சியால் தட்டியும் அவர்கள் அன்று விளையாடிய விளையாட்டுதான் இன்றைய டென்னிஸ், ஆக்கி, கால்பந்து உள்ளிட்ட பல விளையாட்டுகளுக்கும் அடிப்படையாக அமைந்தது. ஆனால் இன்று இறைவழிபாடோ, பலிகொடுத்தலோ இந்த விளையாட்டுகளில் இல்லை. அதற்குக் காரணம் மனிதச் சமூகத்தில் ஏற்பட்டுள்ள அறிவியல் வளர்ச்சியும், அந்த விளையாட்டுக்கள் உலகெங்குங்கும் பரவியதால் அவற்றில் ஏற்பட்டுள்ள சனநாயகத் தன்மையுமே ஆகும்.

தமிழகத்தில் கபடி விளையோடுவோர் மண்ணைத் தொட்டு வணங்கி கபடி பாடத் தொடங்குவதைக் காணலாம். அதனாலேயே அது ஆத்திகர்களின் விளையாட்டு ஆகி விடாது, அல்லது நாத்திகர்களுக்கு எதிரான விளையாட்டும் ஆகிவிடாது.

பொங்கலைத் தமிழர் திருநாள் என்கிறோம். ஆனால் பொங்கலின் ஒரு பகுதியாகச் சூரிய வழிபாடும் உள்ளது. அதனாலேயே ஒரு குறிப்பிட்ட சமயத்துக்கான பண்டிகையாகப் பொங்கலை எவரும் கருதுவதில்லை. கிறித்துவர்கள் தேவாலயங்களில் கர்த்தரை வணங்கிப் பொங்கல் படைக்கின்றனர். மசூதிகளில் இசுலாமியர்கள் அல்லாவைத் தொழுது பொங்கல் படைக்கின்றனர். ஆளூர் ஷா நவாஸ் சொல்வது போல், சூரிய வழிபாடு இருப்பதாலேயே இசுலாமியர் பொங்கலைத் தவிர்ப்பது தவறு. இசுலாமிய மார்க்கத்துக்கு உடன்படாத சடங்குகளைத் தவிர்த்துவிட்டு இசுலாமியர்கள் பொங்கல் கொண்டாடி தமிழ்ப் பண்பாட்டில் கலப்பதே தமிழர் ஒற்றுமைக்கு நல்லது என்கிறார். உண்மை முனைப்புடனும் உவகையோடும் கூடிக்களித்துப் பொங்கல் கொண்டாடுவது நாத்திகர்களே.

சல்லிக்கட்டில் கோயில் வழிபாடு உள்ளது என்பதாலேயே அது இந்து விளையாட்டாகி விடாது. பார்க்கப் போனால் கிறித்துவத் தேவாலயங்களில் காளைக்குப் பூசை செய்து சல்லிக்கட்டில் களமிறக்கும் பழக்கமும் உண்டு. ஏர்வாடி, கீழக்கரைப் பகுதிகளில் இசுலாமியர்கள் நடத்தும் சல்லிக்கட்டுகள் உண்டு. எனவே சல்லிக்கட்டுக்கு இந்துச் சாயம் பூசப் பார்ப்பது ஆபத்தானது, நாமே முனைந்து தமித் தேசிய விளையாட்டை இந்துத்துவத்துக்குத் தாரை வார்த்துக் கொடுக்கத் தேவையில்லை.

சல்லிக்கட்டு தமிழகமெங்கும் பரவி பொதுத்தன்மையை அடைய அடைய, அதில் சாதியமும் மதமும் ஆணாதிக்கமும் இயல்பாகக் கரைந்து போகும்.

ஒரு காலத்தில் தமிழ்த் தேசியர்கள் மட்டுமே சல்லிக்கட்டை ஆதரிக்கும் நிலை இருந்தது. இன்று மாணவர்களின் போராட்டம் சல்லிக்கட்டுக்கு அந்தப் பொதுத்தன்மையை ஏற்படுத்திக் கொடுத்துவிட்டது. எனவே சல்லிக்கட்டு மதங்கடந்து, சாதிகடந்து சென்று விட்டதை உணரும் பெரியாரியப் பகுத்தறி வாளர்கள் பலரும் சல்லிக்கட்டின் பக்கம் வரத் தொடங்கி யிருப்பது தமிழர் ஓர்மைக்கு அறிகுறி. இந்த ஒற்றுமை மற்றத் தமிழ்த் தேசியக் கோரிக்கைகளுக்கும் தொடரும் என எதிர்பார்ப்போம்.

? தமிழ்த் தேசியர்கள் தொடக்கத்திலிருந்தே சல்லிக்கட்டை ஆதரிப்பதாகக் கூறுவது புரிகிறது. ஆனால் அவர்கள் தன் வீட்டுப் பிள்ளைகளை அனுப்பாமல் சல்லிக்கட்டை ஆதரிப்பது புரியவில்லையே?

சல்லிக்கட்டு சாகசம் செய்யும் உரிமை அதை விளையாடும் மாடுபிடி வீரர்களுக்கு உண்டு, அந்த வீரத்துக்குத் தடை போட தில்லிக்கு எந்த உரிமையும் இல்லை என்பதே தமிழ்த் தேசியர்களின் நிலைப்பாடு. தமிழர் ஒவ்வொருவரும் சல்லிக்கட்டில் கலந்து கொண்டே ஆக வேண்டும் எனத் தமிழ்த் தேசியர் எவரும் கூறவில்லை. தமிழர்களின் பிள்ளைகள் சல்லிக்கட்டு என்றில்லை, அவர்கள் விரும்பும் சாகச விளையாட்டில் முறையான பயிற்சி பெற்றுக் கலந்து கொள்வதில் எத்தடையும் இல்லை. சல்லிக் கட்டுங்கூட நமது போராட்டங் களின் விளைவாய்த் தமிழகம் எங்கும் பரவுகையில் தமிழ்த் தேசியர் உள்ளிட்ட தமிழர் வீட்டுப் பிள்ளைளில் பலரும் கட்டாயம் பங்கேற்பர்.

சல்லிக்கட்டு, சிலம்பாட்டம் உள்ளிட்ட வீர விளையாட்டு களையும், ஒயிலாட்டம், கரகாட்டம், பறையிசை உள்ளிட்ட நாட்டுப்புறக் கலைகளையும் தமிழக அரசும் தமிழர்களும் போற்றிப் பாதுகாக்க வேண்டும்.

எல்லாவற்றுக்கும் மேல், தமிழ்த் தேசியர்களுக்கு ஏறுதழுவல் குறித்த வரலாற்றுப் பெருமிதம் வேண்டும். நாம் ஐந்தாயிரம் ஆண்டு விளையாட்டு ஒன்றுக்குச் சொந்தக்காரர்கள் என்ற தமிழினச் செருக்கு வேண்டும். வெறும் முந்நூறு நானூறு ஆண்டுப் பழமைகளை, கலைகளைக் காட்டி பெருமை கொள்ளும் உலக நாடுகளின் நடுவில், என் மொழியும் கலையும் விளையாட்டும் வீரமும் காதலும் இவ்வளவு பழமையானவை எனச் சொல்லி நம்மினத்தை உலகில் தூக்கி நிறுத்த வேண்டும். குழலினிது யாழினிது என என் 2000 அகவைக் கிழவன் பாடிய அந்தத் தமிழ்ச் சொற்கள் இன்றும் எனக்குப் புரிகிறது, நாலாயிரம் ஐந்தாயிரம் ஆண்டுமுன் என் முன்னோர் தழுவிய அதே காளைத் திமில்களை நானும் இன்று தழுவி நிற்கிறேன் என்பதெல்லாம் சாதாரணச் செய்திகளா? உலகின் ஒரு சில இனங்களுக்கு மட்டுமே வாய்க்கும் அரும்பேறிது எனத் தமிழர் உணர வேண்டும், மற்றத் தமிழருக்கும் உணர்த்த வேண்டும். தமிழும் காளையும் ஐந்தாயிரம் ஆண்டாய் என் தமிழின வாழ்வோடு கலந்து விட்டன, அவை இன்னும் பல்லாயிரம் ஆண்டுக்கு என் மக்களோடும் மண்ணோடும் கலந்து நிற்கும் என இந்தியத்துக்கும் உலகுக்கும் உரத்துச் சொல்ல வேண்டும்.

அதேநேரத்தில் சல்லிக்கட்டை எதிர்க்கும் சனநாயக உரிமை தமிழ்த் தேசத்தில் யாருக்கும் உண்டு. ஆனால் தமிழ்த் தேசிய அரசியலில் சல்லிக்கட்டு எதிர்ப்பைப் பிழைப் பார்வையாகவே கருத முடியும்.

? தமிழகத்தில் காவிரிச் சிக்கல், கல்விக் கொள்ளை, தமிழ் அழிப்பு, இந்தி ஆங்கிலத் திணிப்பு, சாதியக் கொடுமைகள் எனப் பல பிரச்சினைகள் இருக்கையில், சல்லிக்கட்டுக்காக இப்படி முட்டி மோதிப் போராடுவது சரியா?

தொடக்கத்திலேயே கண்டது போல், இது திட்டமிட்டு ஒரு தலைமையின் கீழ் உருவான போராட்டமன்று.

புவியின் அடியாழத்தில் ஓடிக் கொண்டிருக்கும் அக்கினிக் குழம்பு நிலத்தை எப்போது துளைப்பது, எங்கே பீறிட்டெழுவது என்றெல்லாம் திட்டமிட்டுக் கொண்டு வெடித்துச் சிதறுவதில்லை. அது இயற்கையின் தன்னெழுச்சிச் சீற்றம்.

அதேபோல், தமிழகச் சிக்கல்கள் முற்றி வருகின்றனவே என மனம் வெதும்பி தமிழகத்தின் மூலை முடுக்குகளில் அக்கினிக் குஞ்சுகளாய்க் கனன்று கொண்டிருந்த மாணவர்களுக்குப் பீறிட்டெழ ஒரு காரணம் தேவைப்பட்டது. அது சல்லிக்கட்டில் வெடித்தது, அவ்வளவுதான். ஆனால் இந்தச் சல்லிக்கட்டுத் தடைதான் பெப்சி கோக் எதிர்ப்புக்குக் காரணமாயிற்று. சாதி, பாலினம் கடந்து தமிழ் இளைஞர்களைப் பிணைத்துள்ளது. அரசினை எதிர்த்துக் காரியம் முடியும்வரை விடாப்பிடியாகப் போராடக் கற்றுக் கொடுத்துள்ளது. தமிழகம் எங்கும் காவிரி உரிமை, கல்வியுரிமை எனக் கோரிக்கை முழக்கங்கள் வெகுமக்களிடம் நீண்டு சென்றதற்குக் காரணம் சல்லிக்கட்டு என்ற ஒற்றைக் கோரிக்கையே என்பதை மறந்துவிடலாகாது.

மேலும், இந்தத் தமிழ் இளைஞர்கள் தாங்கள் நேரில் அனுபவிக்கும் புதிய கல்விக் கொள்கை முதல் கல்விக் கொள்ளை வரையிலான கல்விச் சிக்கல்கள் எதற்கும் குரல் கொடுக்கவில்லையே என்ற ஏக்கம் இருக்கலாம். ஆனாலும் அவர்கள் அதையும் தாண்டி, தமிழகத்தில் எங்கோ நடக்கும் பாமர மனிதர்களின் விளையாட்டு உரிமைப் பிரச்சினையைத் தங்கள் பிரச்சினையாக வரித்துக்கொண்டு போராடியது பெருஞ்சிறப்பு வாய்ந்ததாகும். இதையும் தாண்டி, சல்லிக்கட்டு எங்கோ ஓரிரு இடங்களில் மட்டும் நடக்கும் நிகழ்வுதானே, இது எப்படி ஒட்டுமொத்தத் தமிழகத்தின் கோரிக்கையாகும் என்று கேட்டவர்களுக்கும் இந்த மாணவர் போராட்டம் விடையிறுத்துள்ளது. இது வட்டாரப் பிரச்சினை அல்ல, தமிழ்த் தேசியத்தின் பண்பாட்டுப் பிரச்சினை, தமிழர்களின் ஓர்மைப் பிரச்சினை எனத் தெள்ளத் தெளிவாகக் காட்டிவிட்டது.

? தமிழ்த் தேசியம், தமிழர் ஓர்மை என்றெல்லாம் கூறுவது மிகைக்கூற்றில்லையா? சல்லிக்கட்டுக்காக மட்டும் நடைபெற்ற போராட்டத்தில் இந்த அதீதக் கருத்துத் திணிப்பெல்லாம் எதற்கு?

சல்லிக்கட்டுப் போராட்டத்தில் எவரும் தமிழ்த் தேசியக் கருத்துக்களைத் திணிக்கவில்லை. அது அங்கு இயற்கையாக முகிழ்ந்தது என்பதே சல்லிக்கட்டுப் புரட்சி உணர்த்தும் அடிப்படைச் செய்தி.

மதுரையில் அஜீத் ரசிகர் மன்றம் சல்லிக்கட்டுக்கு ஆதரவாகப் பட்டினிப் போராட்டம் நடத்தியது. போராட்டப் பந்தலில் அமர்ந்திருந்த இளைஞர் ஒருவரிடம் செய்தியாளர் ஒருவர், சல்லிக்கட்டு எதற்கு வேண்டும் என விரும்புகிறீர்கள் எனக் கேட்டார். சல்லிக்கட்டு ஆதரவு என்பதெல்லாம் பிறகுதான். இது என் சட்டை, நான் கிழித்துக் கொள்வேன், கழற்றி எறிவேன், அதைக் கேட்க மத்திய அரசு யார்? எனத் திருப்பிக் கேட்டார் அவர்.

சென்னை மெரினாவில் ஓர் இளைஞர் பேசினார், பன்னீர் செல்வமே, சல்லிக்கட்டுக்குச் சொந்தமாகச் சட்டமியற்ற

அதிகாரமில்லை என்கிறீர்கள், தில்லிக்குக் காவடி எடுக்கிறீர்கள், அப்படியானால் உங்களுக்குச் சட்டமன்றம் எதற்கு, 234 எம்எல்ஏக்கள் எதற்கு?

இந்த எளிய இளைஞர்களின் இத்தகைய கேள்விகளில்தான் தமிழ்த் தேசியத்தின் உண்மைகளும் புதைந்துள்ளன. இதைப் புரிந்துகொள்ள அவர்களுக்கு எந்த இசங்களும் தேவையில்லை. தில்லியின் ஒற்றையாட்சிக் கொடுங்கோண்மை கூடிய விரைவில் தமிழ்த் தேசியப் பாடத்தைத் தமிழ் இளைஞர்களுக்கு நன்றாகவே கற்றுத்தரும். அது தமிழ்த் தேசிய அரசியலுக்கு இளைஞர்களை அணிதிரட்டிக் கொடுக்கும். மாடுபிடிப்பதற்கான போராட்டம் நாடுபிடிப்பதற்கான போராட்டமாக அப்போது மாறும்.

சல்லிக்கட்டுப் போராட்டம் - முழுமைத் தமிழ்த் தேசியப் புரட்சியா? கட்டாயம் இல்லை. ஆனால் உறுதியாக, விடுதலை என்ற தமிழ்த் தேசிய இலக்கு நோக்கிய பயணத்தில் ஒரு படி!

Last Species Standing

Poems on the edge of nature and technology

By Alex Grehy

abuddhapress@yahoo.com

ISBN: 9798323701650

Alex Grehy 2024

©™®

Alien Buddha Press 2024